Avenues
Teacher's Resource Book

HAMPTON-BROWN

Contents

Masters to Support Language and Literacy Development

Unit 1: Let's Go to School	4
Unit 2: We Are a Family	9
Unit 3: Here We Go!	18
Unit 4: Just Around the Corner	21
Unit 5: Hello, Sunshine!	26
Unit 6: Wild, Woolly, Wonderful	32
Unit 7: Look at Me!	52
Unit 8: Oink! Quack! Moo!	57
Unit 9: To Market	67
Unit 10: Welcome Home	81

Family Newsletters
in English, Spanish, Vietnamese, Chinese, Korean, Hmong, and Haitian Creole

Unit 1	98
Unit 2	105
Unit 3	112
Unit 4	119
Unit 5	126
Unit 6	133
Unit 7	140
Unit 8	147
Unit 9	154
Unit 10	161

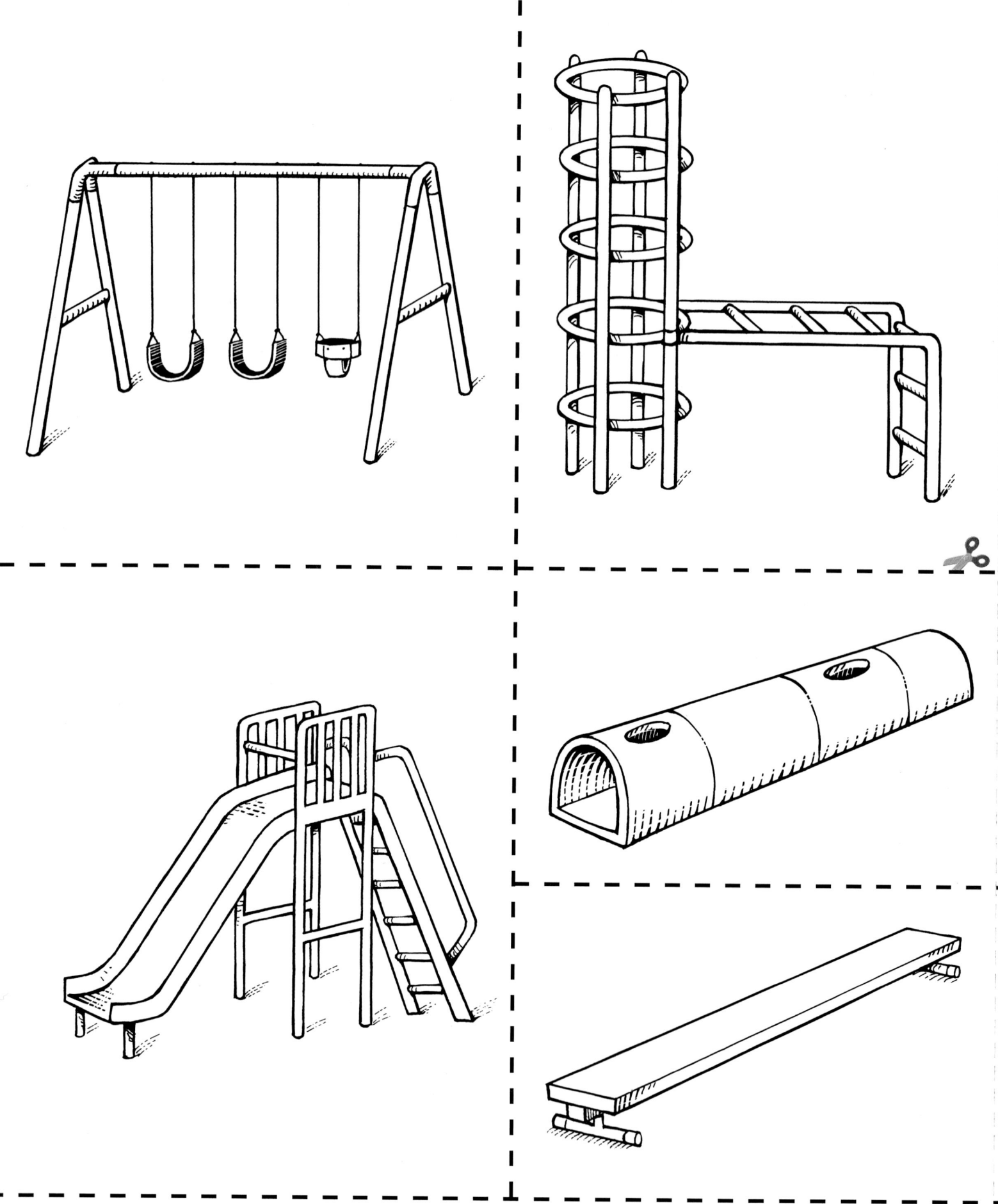

Unit 1 | Let's Go to School
© Hampton-Brown

Master 1
For use with Volume 1, TE p. T1f

a	a	a
a	a	a
a	a	a
a	a	a

Unit 1 | Let's Go to School
© Hampton-Brown

Master 2
For use with Volume 1, TE pp. T12, T21

Unit 1 | Let's Go to School
© Hampton-Brown

Master 3
For use with Volume 1, TE pp. T30, T174

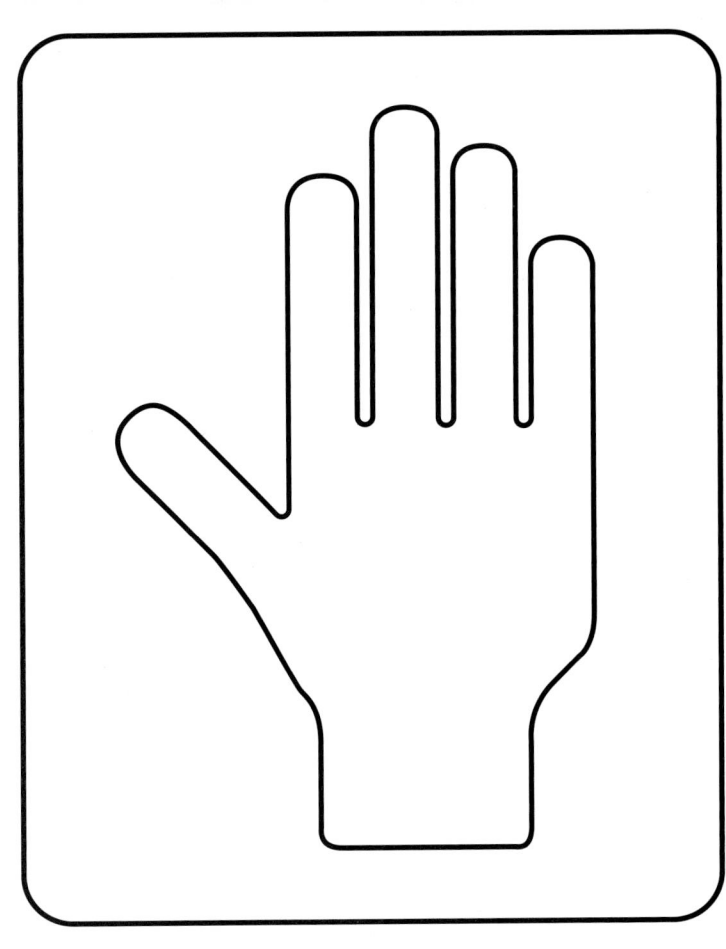
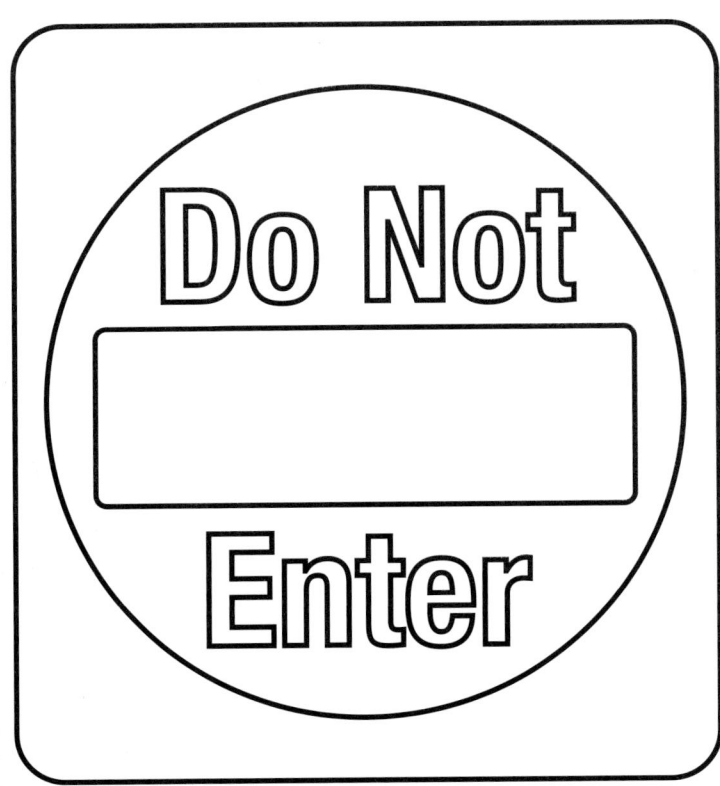

Unit 1 | Let's Go to School
© Hampton-Brown

Master 4
For use with Volume 1, TE pp. T30, T174

Name

Date

Write a Description

Unit 1 | Let's Go to School
© Hampton-Brown

Master 5
For use with Volume 1, TE p. T43

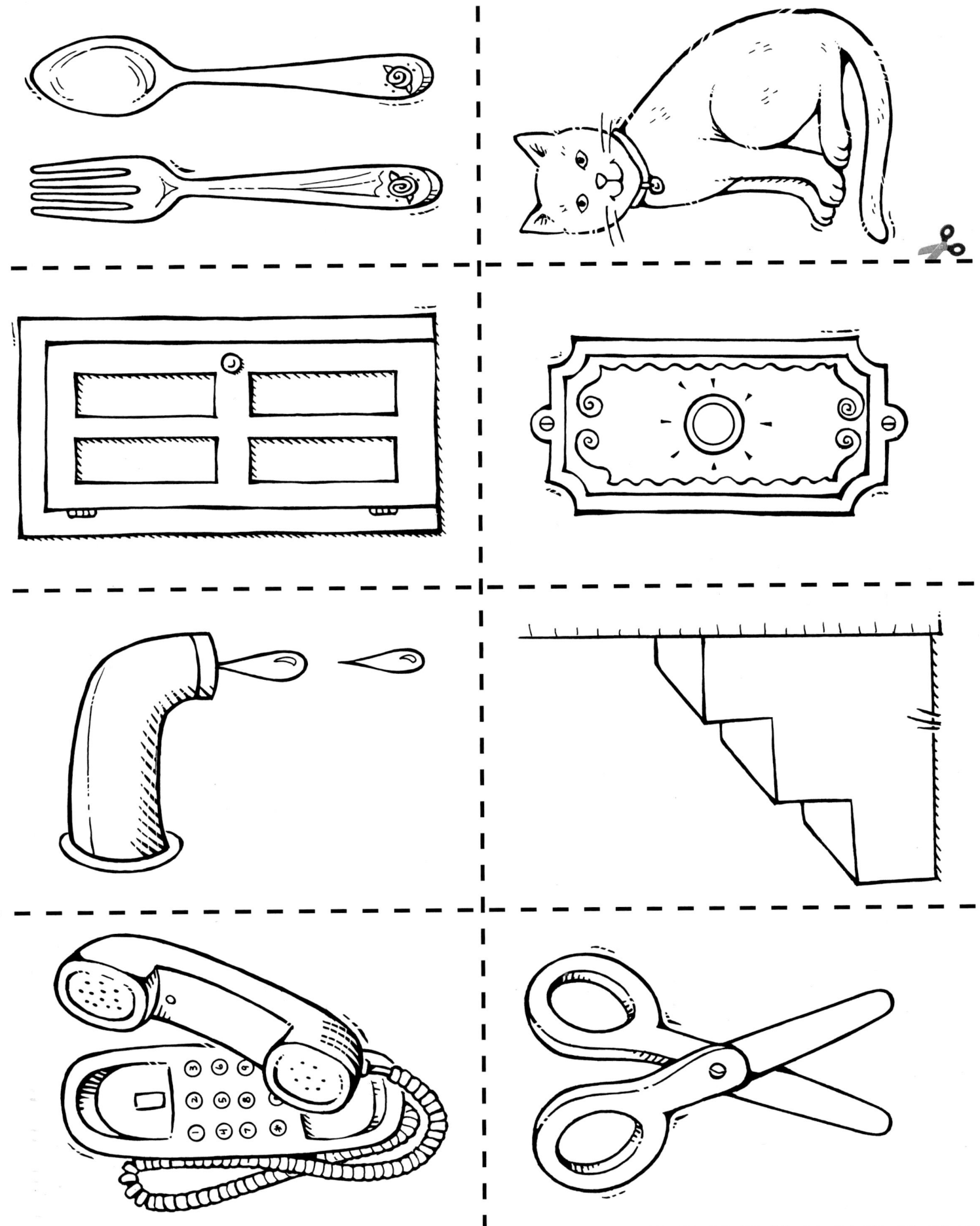

Unit 2 | We Are a Family
© Hampton-Brown

Master 6
For use with Volume 1, TE p. T45f

Kitchen Bingo

Unit 2 | We Are a Family
© Hampton-Brown

Master 8
For use with Volume 1, TE p. T45g

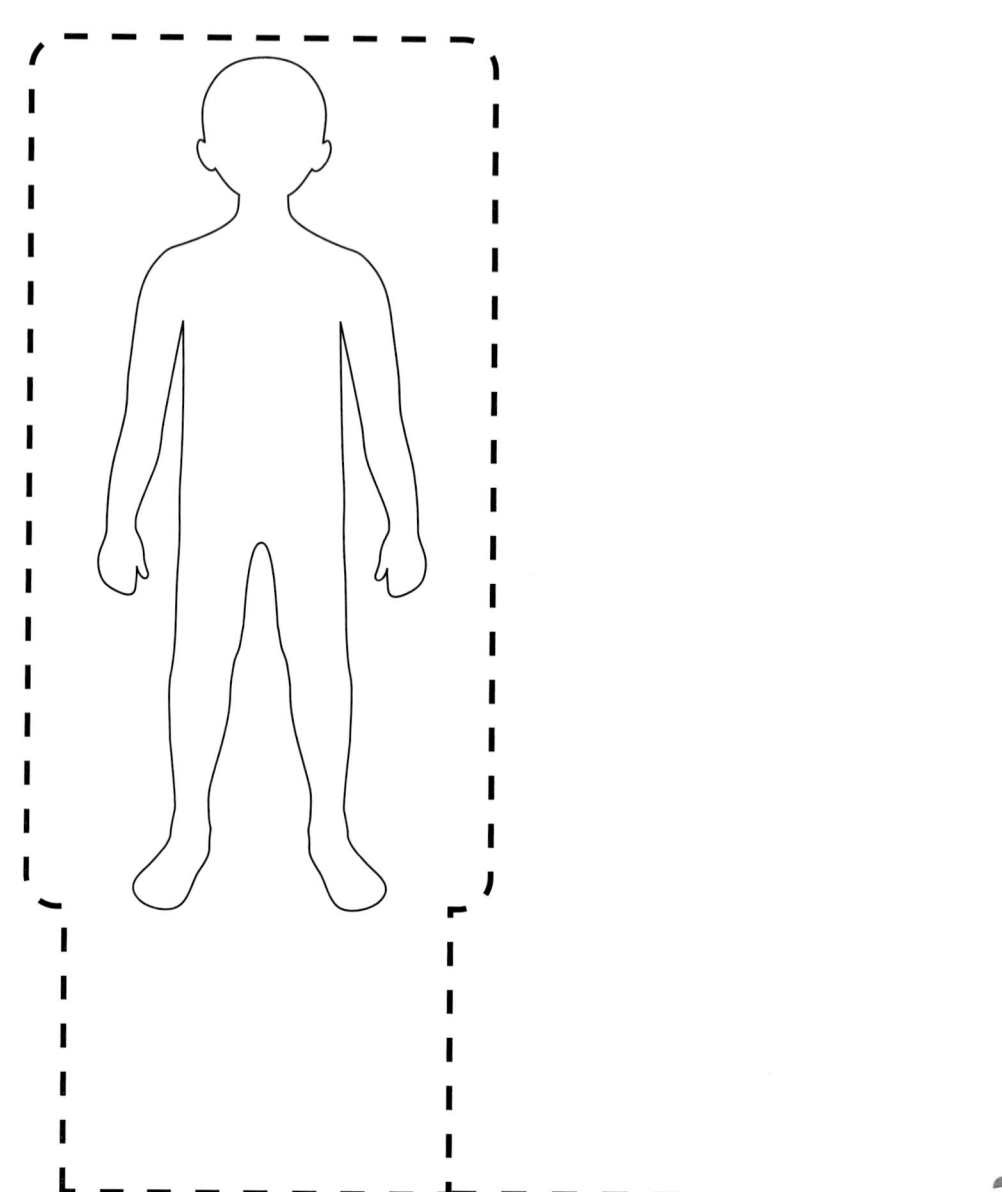

Unit 2 | We Are a Family
© Hampton-Brown

Master 9
For use with Volume 1, TE p. T46

and	and	and
and	and	and
and	and	and
and	and	and

Name _____ Date _____

Unit 2 | We Are a Family
© Hampton-Brown

Master 11
For use with Volume 1, TE p. T63

the	the	the
the	the	the
the	the	the
the	the	the

_____'s Place Mat

Unit 2 | We Are a Family
© Hampton-Brown

Master 13
For use with Volume 1, TE p. T76

Name _____ Date _____

Write a Recipe

| My favorite food is: | Things I need: |

Unit 2 | We Are a Family
© Hampton-Brown

Master 14
For use with Volume 1, TE p. T87

this	this	this
this	this	this
this	this	this
this	this	this

is	is	is
is	is	is
is	is	is
is	is	is

Name _____ Date _____

"Is this the bus for us?"

"No. This is a _____."

Unit 3 | Here We Go!

to	to	to
to	to	to
to	to	to
to	to	to

see	see	see
see	see	see
see	see	see
see	see	see

Name _____

Date _____

Unit 4 | Just Around the Corner
© Hampton-Brown

Master 20
For use with Volume 1, TE p. T160

Name _____ Date _____

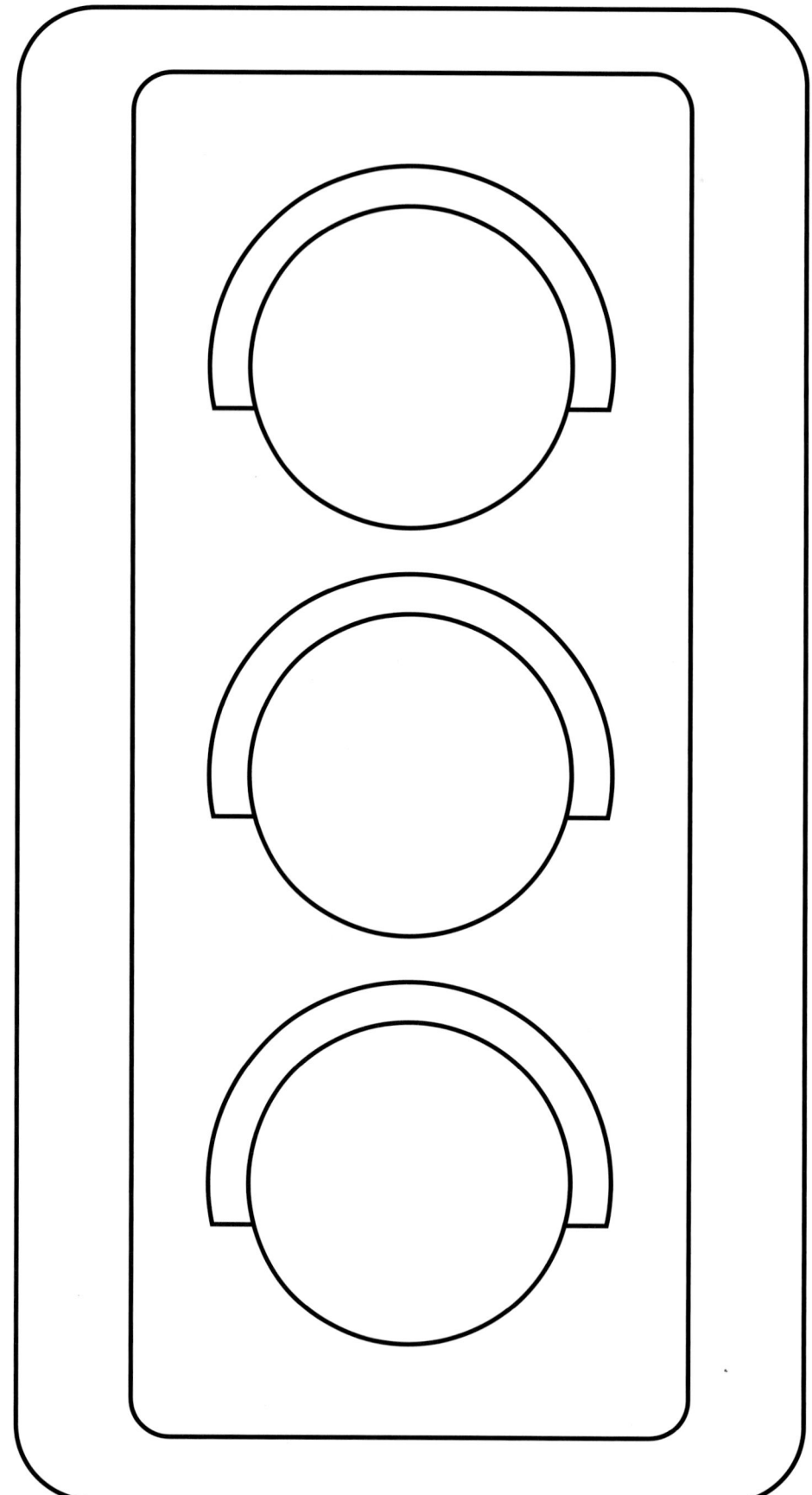

Unit 4 | Just Around the Corner
© Hampton-Brown

24

Master 21
For use with Volume 1, TE p. T167

Name _____

Date _____

Write a Riddle

Unit 4 | Just Around the Corner
© Hampton-Brown

25

Master 22
For use with Volume 1, TE p. T175

Rain, rain,
Go away.
Come again
Another day.
Little Sally wants to play.

—Traditional

we	we	we
we	we	we
I	I	I
I	I	I

can	can	can
can	can	can
you	you	you
you	you	you

Snow

Snow is on the housetop.
(Put pointer fingers together to form roof.)

Snow is on the ground.
(Form a flat surface with open hands.)

Snow is on the mountain.
(Raise arms overhead to form mountain peak.)

Snow is all around.
(Spread arms wide open.)

Unit 5 | Hello, Sunshine!
© Hampton-Brown

Master 27
For use with Volume 1, TE p. T206

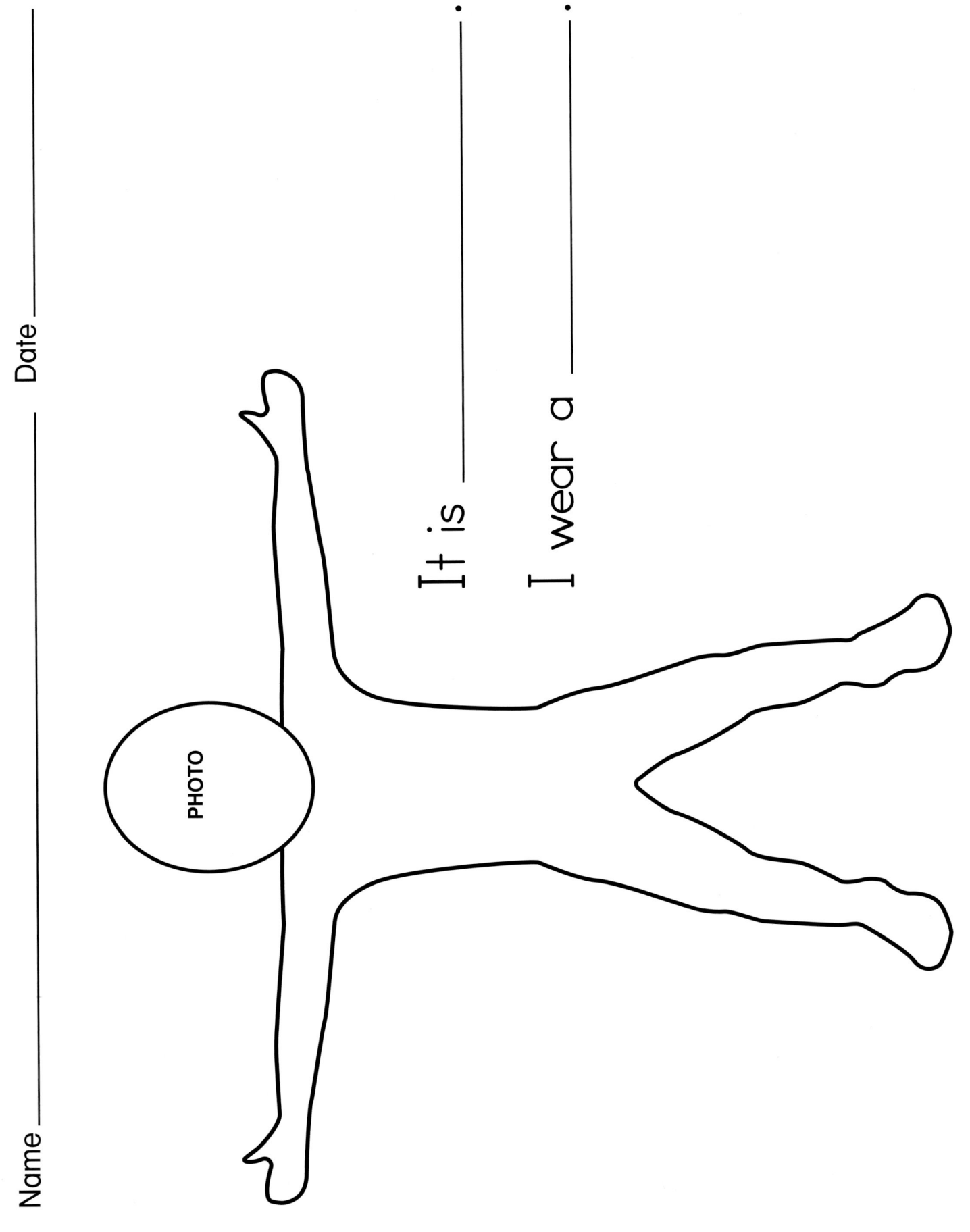

he	he	he
he	he	he
she	she	she
she	she	she

Unit 6 | Wild, Woolly, Wonderful
© Hampton-Brown

Master 31
For use with Volume 2, TE p. T16

where	where	where
where	where	where
are	are	are
are	are	are

Unit 6 | Wild, Woolly, Wonderful
© Hampton-Brown

How to Make a Storytelling Frame

1. Place a 9" x 12" manila envelope face up, horizontally, with the flap turned under on the left hand side.

2. Cut out a frame by following the measurements below.

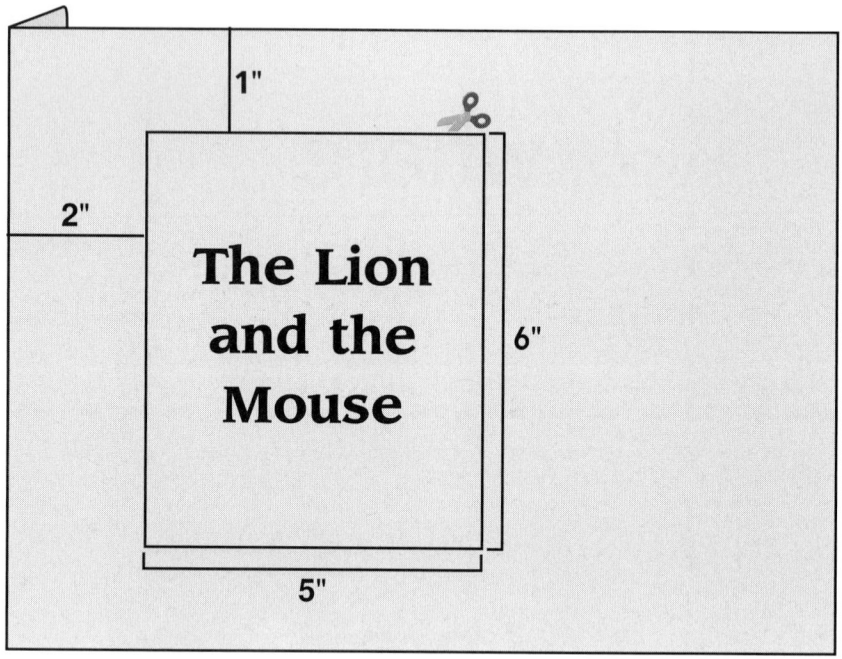

3. Color (or have children color) the story pictures.

4. Put the pictures inside the envelope so the title can be seen in the frame.

5. To tell the story, pull the top sheet halfway out to reveal the first picture of the story. As the story continues, pull out the top page to reveal the second picture, and so on.

The Lion and the Mouse

A Fable by Aesop

Show the story envelope displaying the title of the story.

Once there was a huge lion who lived in the jungle. This lion was very mean and was hungry all the time. When he was hungry, he ate everything he saw. *Pull page 1 halfway out to reveal Picture 1.*

One day, as he was taking a nap in the forest, a little mouse ran past him and tripped on his foot. The lion woke up and caught the little mouse by the tail. *Pull out page 1 to reveal Picture 2.*

"Ha, ha, ha!" laughed the lion. "What is this? A tasty little snack?"

The little mouse said, "Don't eat me, kind lion. I am too little."

"Oh, no. You are just the right size for a snack," said the lion.

"Kind lion, if you let me go, I will help you one day," said the mouse.

"Ha ha ha!" laughed the lion. "Tiny <u>you</u> will help <u>me</u>?"

But the mouse replied, "You know, it can happen."

"Oh, all right," said the lion, and he let the mouse go. The mouse ran into the jungle. *Pull out page 2 halfway to reveal Picture 3.*

Then one day, as the lion was hunting in the forest, he was caught by a net. *Pull out page 2 to reveal Picture 4.* The net held him tightly. He wiggled and wiggled, he growled and clawed, but he could not get out of the net. At last he fell back, too tired to move.

Suddenly, a tiny mouse appeared. *Pull out page 3 halfway to reveal Picture 5.* It was the same mouse that the lion had caught.

The little mouse said, "Don't worry, lion. I am here to help."

Pull out page 3 to reveal Picture 6.

The mouse went up to the net and started to chew on the rope. He chewed and chewed. The rope was tough and strong.

"Hurry," said the lion. "The hunters will come soon!"

So the mouse chewed even faster. The rope was tough, strong, and thick! Finally, the mouse cut the rope in two, and the lion climbed out of the net.

Pull out page 4 halfway to reveal Picture 7.

The lion reached out to shake the mouse's little paw. "You were right, little mouse. You saved my life. Little friends can be a big help!"

The Lion and the Mouse

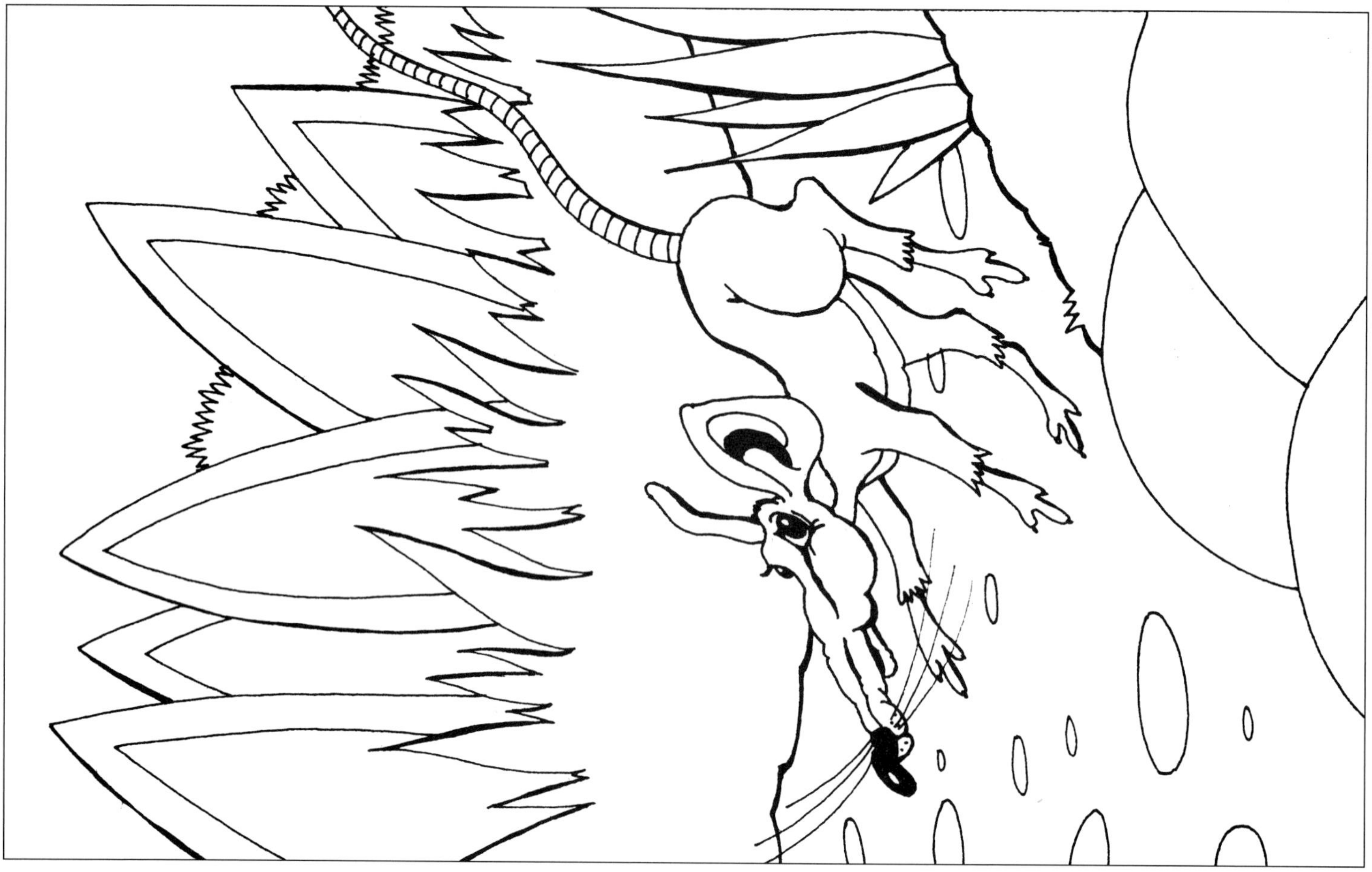

Unit 6 | Wild, Woolly, Wonderful

Master 37
For use with Volume 2, TE p. T29

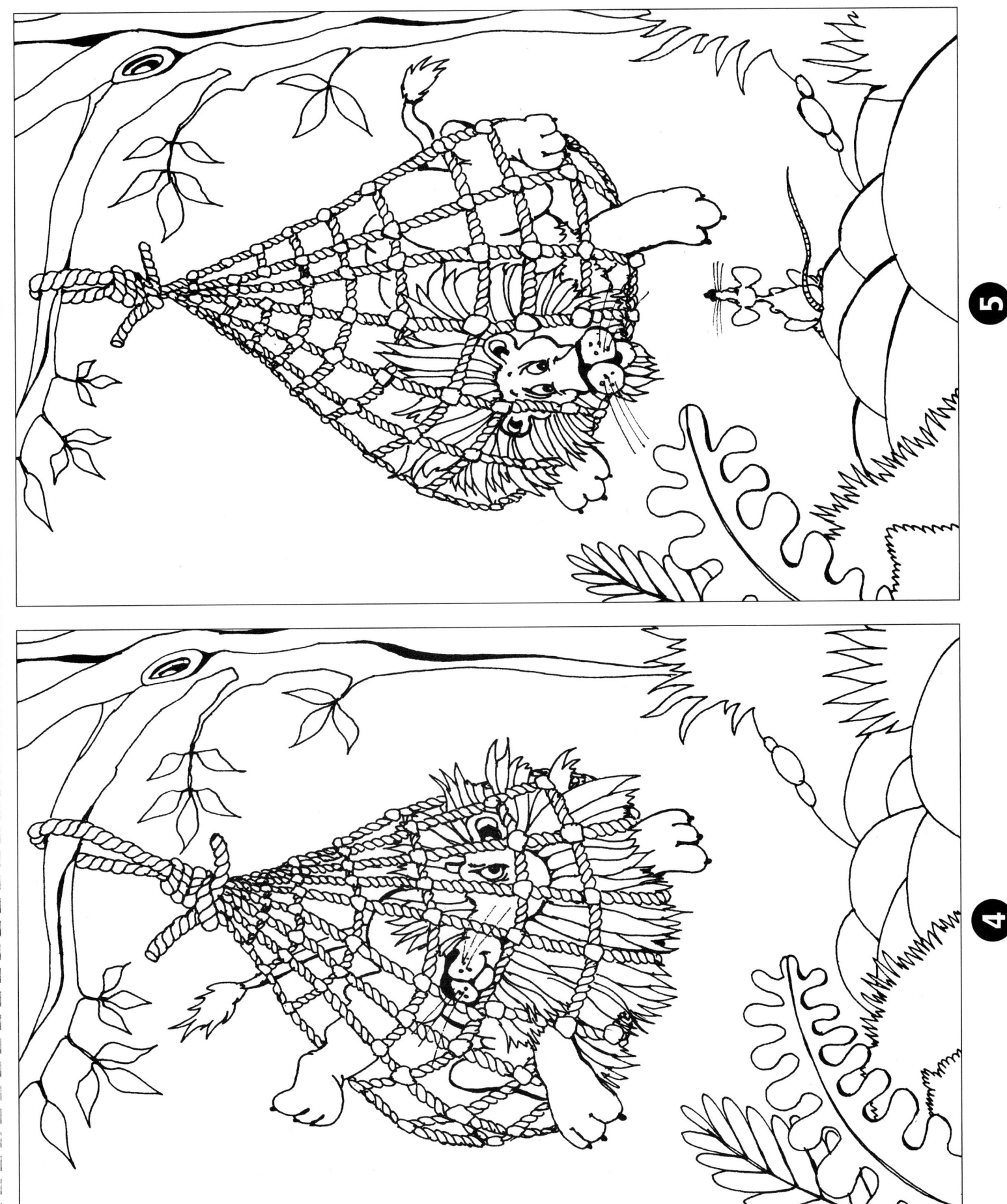

Unit 6 | Wild, Woolly, Wonderful
© Hampton-Brown

Master 38
For use with Volume 2, TE p. T29

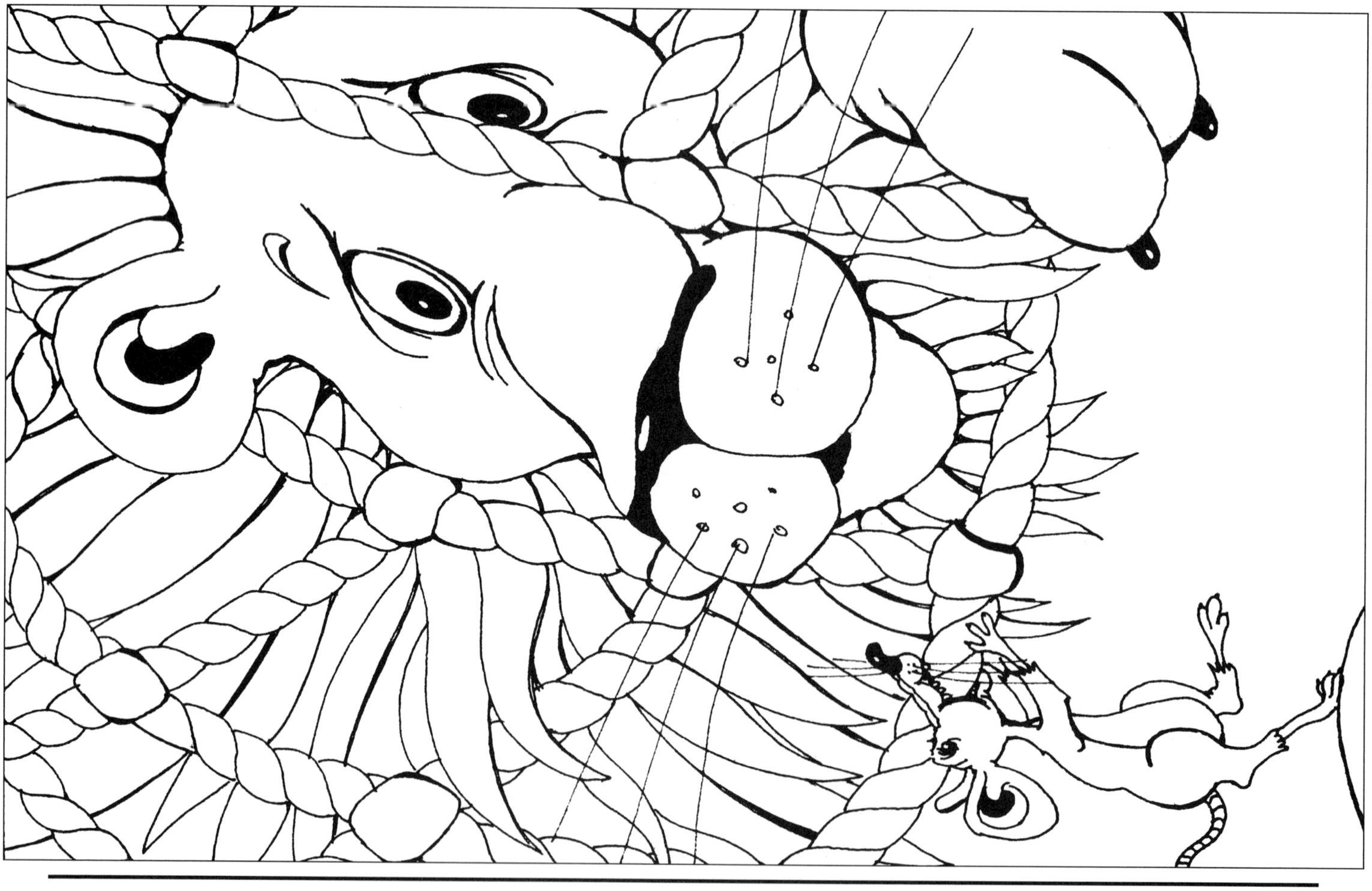

Unit 6 | Wild, Woolly, Wonderful

Master 39
For use with Volume 2, TE p. T29

The Goat in the Chile Patch

A Folk Tale from Mexico

Show the story envelope displaying the title of the story.
Pull out page 1 halfway to reveal Picture 1.

Once there was a little boy named José. José had a garden where he grew fat, juicy, extra spicy chiles. He was very proud of his garden.

Pull out page 1 to reveal Picture 2.

But one day, a hungry goat saw the garden. This goat loved chiles so he started to eat them. José ran up to him and said, "Hey, you, shoo, shoo, shoo. The chiles are not for you!" *Have children echo José.*

But the goat said, "Baaaah! Don't bother me! I'm eating. Can't you see?"

Pull out page 2 halfway to reveal Picture 3.

Soon, the rooster came and said, "Don't worry, José. I will help you." The rooster turned to the goat and said, "Cock-a-doodle-doo, and a shoo, shoo, shoo. These chiles are not for you!"

But the goat replied, "Baaaah! Don't bother me! I'm eating. Can't you see?"

Pull out page 2 to reveal Picture 4.

Soon, the dog came and said, "Don't worry, José. I will help you." And he turned to the goat and said, "Bow, wow, wow and a shoo, shoo, shoo. These chiles are not for you."

But the goat replied, "Baaaah! Don't bother me! I'm eating. Can't you see?"

Pull out page 3 halfway to reveal Picture 5.

Soon, the horse came and said, "Don't worry, José. I will help you." He turned to the goat and said, "Yee, hee, hee, and a shoo, shoo, shoo. These chiles are not for you!"

But the goat replied, "Baaaah! Don't bother me! I'm eating! Can't you see?"

Pull out page 3 to reveal Picture 6.

Soon, the bull came and said, "Don't worry José. I will help you." And he turned to the goat and said, "Moo, moo, moo and a shoo, shoo, shoo. These chiles are not for you."

But the goat replied, "Baaaah! Don't bother me! I'm eating! Can't you see?"

Pull out page 4 halfway to reveal Picture 7.

Soon, a tiny ant came and said, "Don't worry, José. Even though I am tiny, I will surely help you." And this is what she did.

Pull out page 4 to reveal Picture 8.

Very quietly, she went up to the goat and climbed up his leg, walked along his back, up his neck, across his head, into his ear, and there she bit him, hard and strong.

Pull out page 5 halfway to reveal Picture 9.

The goat jumped, kicked, and screamed, "Baa, yikes, WOW! This is too much. I'm leaving right now!"

And the goat jumped over the fence, ran into the hills, and did not come back to the garden again.

The Goat in the Chile Patch

Unit 6 | Wild, Woolly, Wonderful

Master 43
For use with Volume 2, TE p. T29

Unit 6 | Wild, Woolly, Wonderful
© Hampton-Brown

Master 44
For use with Volume 2, TE p. T29

Unit 6 | Wild, Woolly, Wonderful

Master 45
For use with Volume 2, TE p. T29

Unit 6 | Wild, Woolly, Wonderful

Master 46
For use with Volume 2, TE p. T29

New Firefighter in Town

LAKESIDE— On November 12, the Lakeside Fire Department welcomed its newest member, Siren! Siren is a ten-month old German Shepherd puppy.

Firefighter Danny Gilhooly found Siren walking by the highway. "The puppy didn't have a collar, and she didn't seem to have a home," said Gilhooly. "She is a great watchdog and a good friend to the firefighters."

Now Siren has a shiny, new collar around her neck. She has plenty of food and a warm place to sleep. When Siren is older, the firefighters will train her to find people who need help.

Name _____ Date _____

Once I saw a _____

in a _____.

Unit 6 | Wild, Woolly, Wonderful
© Hampton-Brown

Master 48
For use with Volume 2, TE p. T43

have	have	have
have	have	have
have	have	have
have	have	have

what	what	what
what	what	what
it	it	it
it	it	it

Unit 7 | Look at Me!
© Hampton-Brown

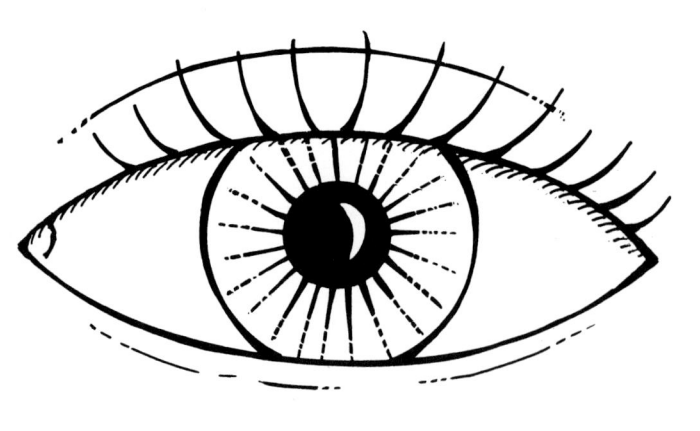

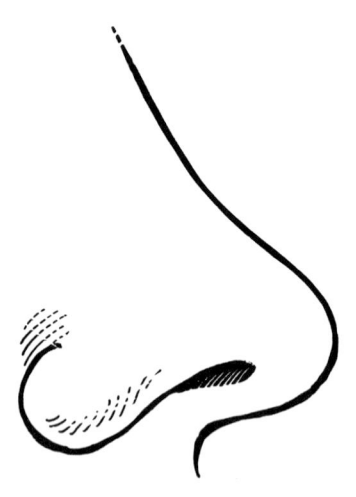
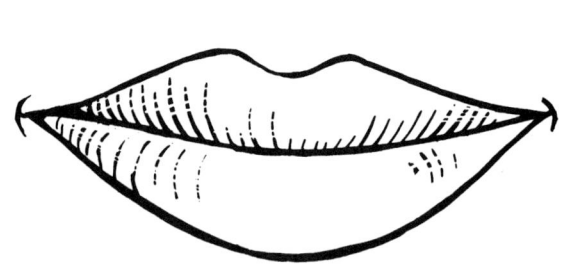
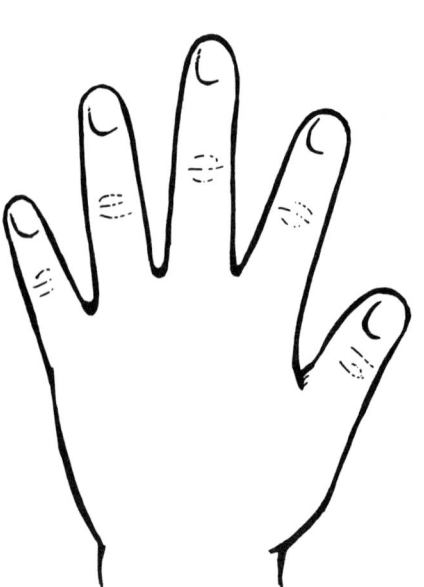

Unit 7 | Look at Me!
© Hampton-Brown

Master 51
For use with Volume 2, TE p. T72

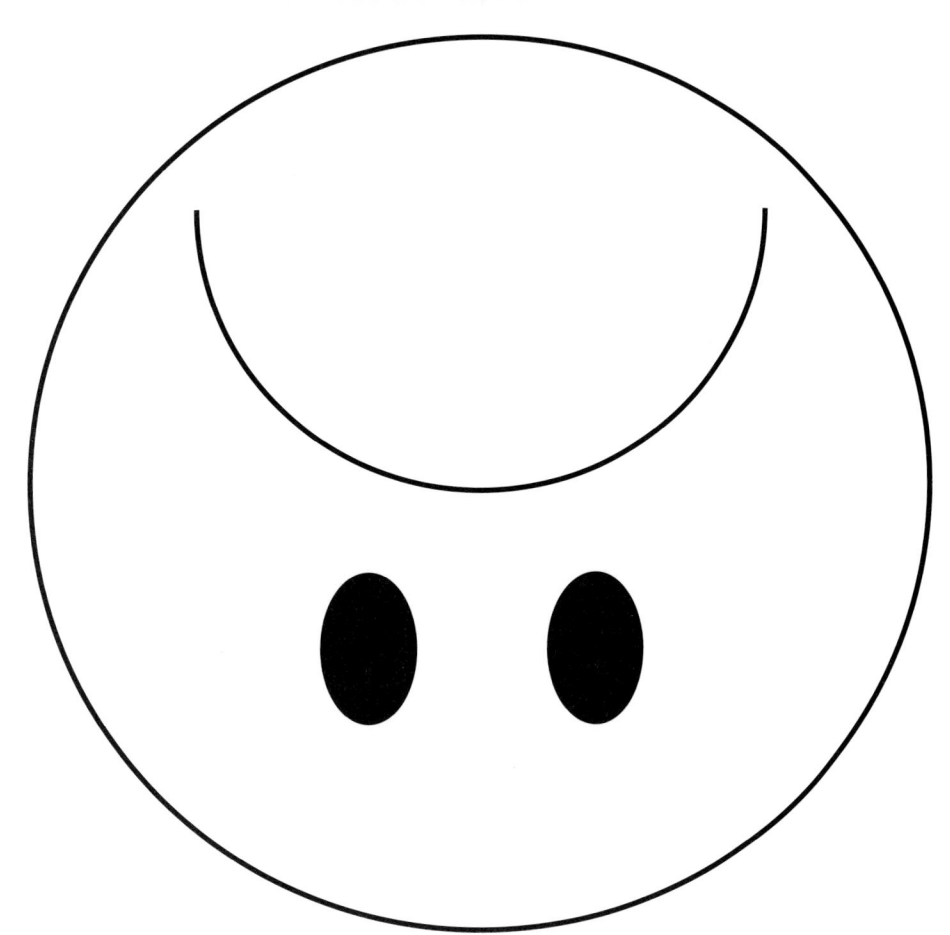
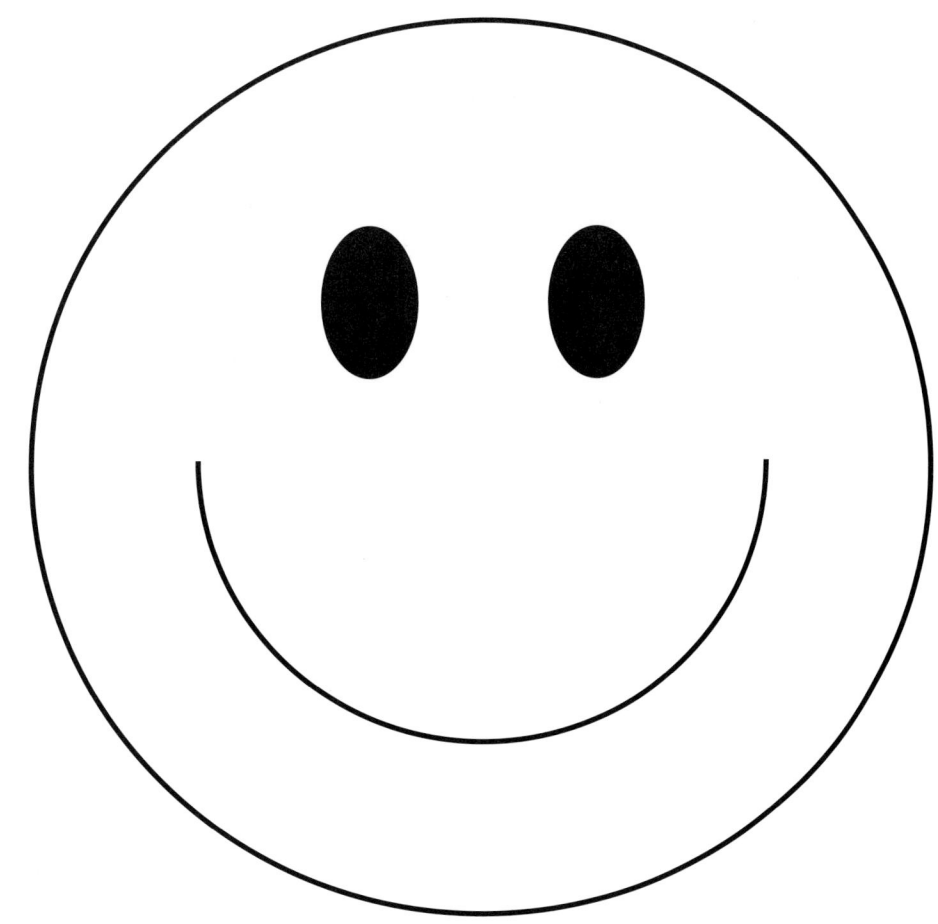

Unit 7 | Look at Me!
© Hampton-Brown

Master 52
For use with Volume 2, TE p. T79

Name _____ Date _____

Write a Story

We played _____.

We were _____.

Then, we _____.

Unit 7 | Look at Me!
© Hampton-Brown

Master 53
For use with Volume 2, TE p. T87

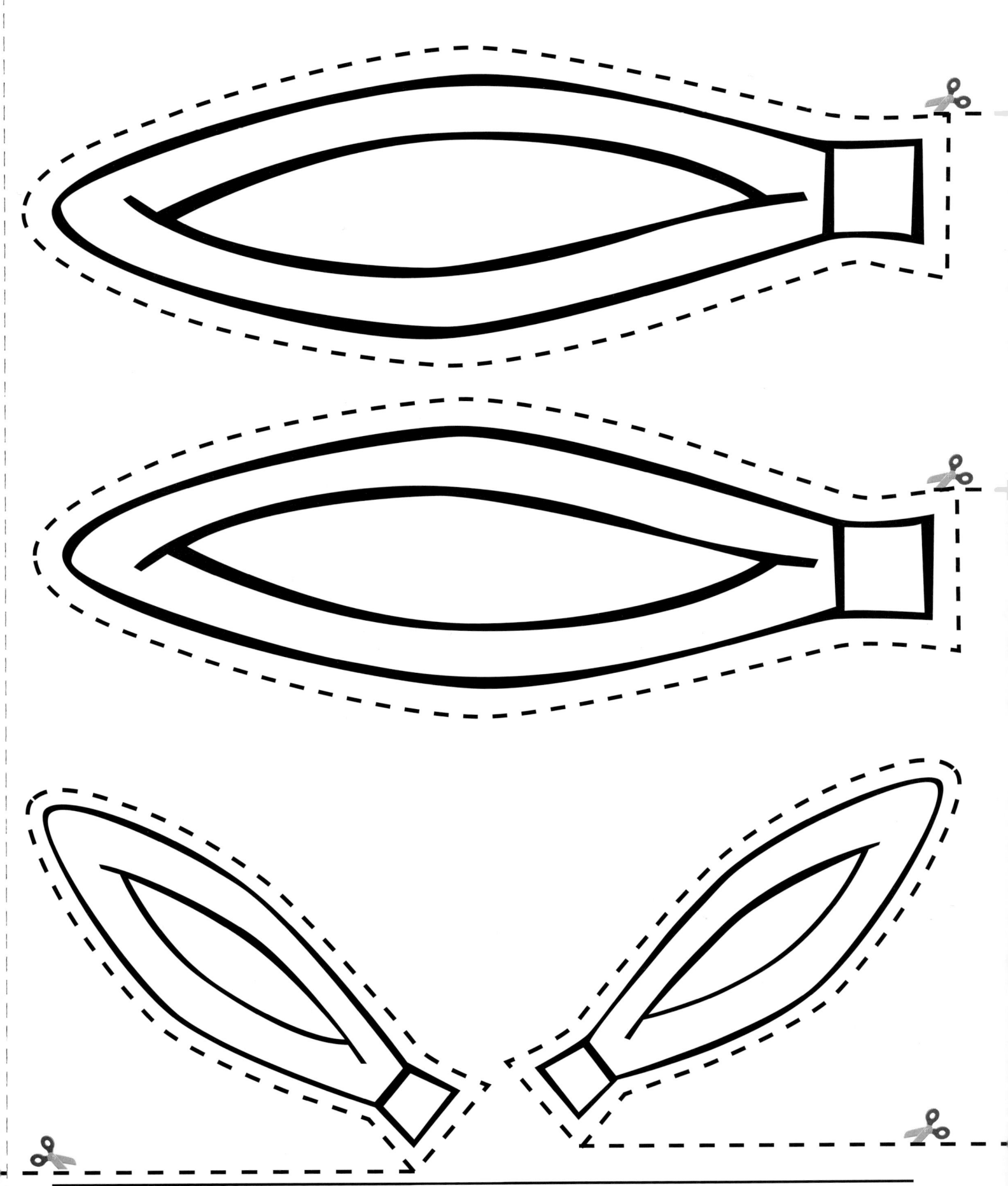

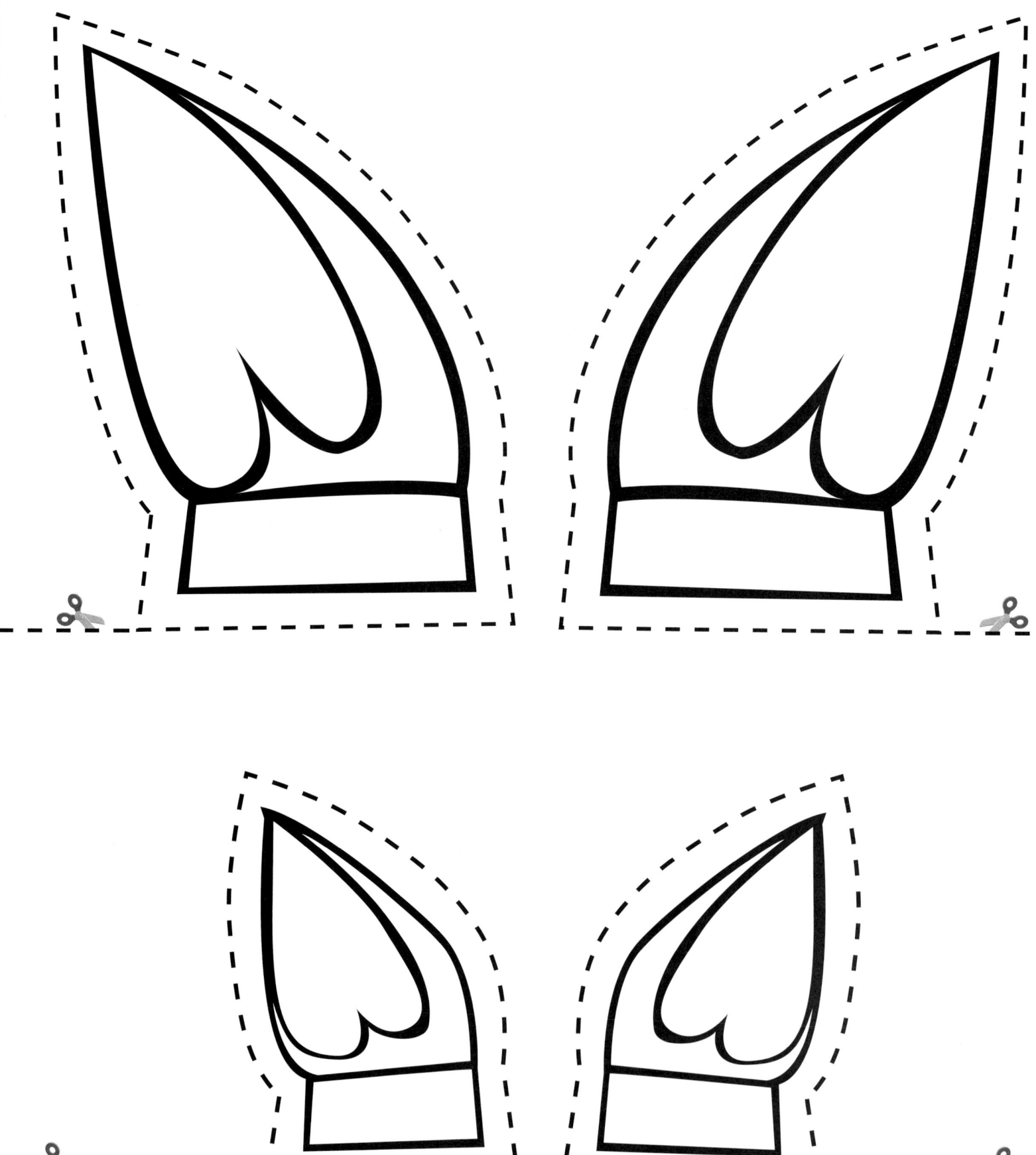

Unit 8 | Oink! Quack! Moo!
© Hampton-Brown

Master 55
For use with Volume 2, TE p. T89g

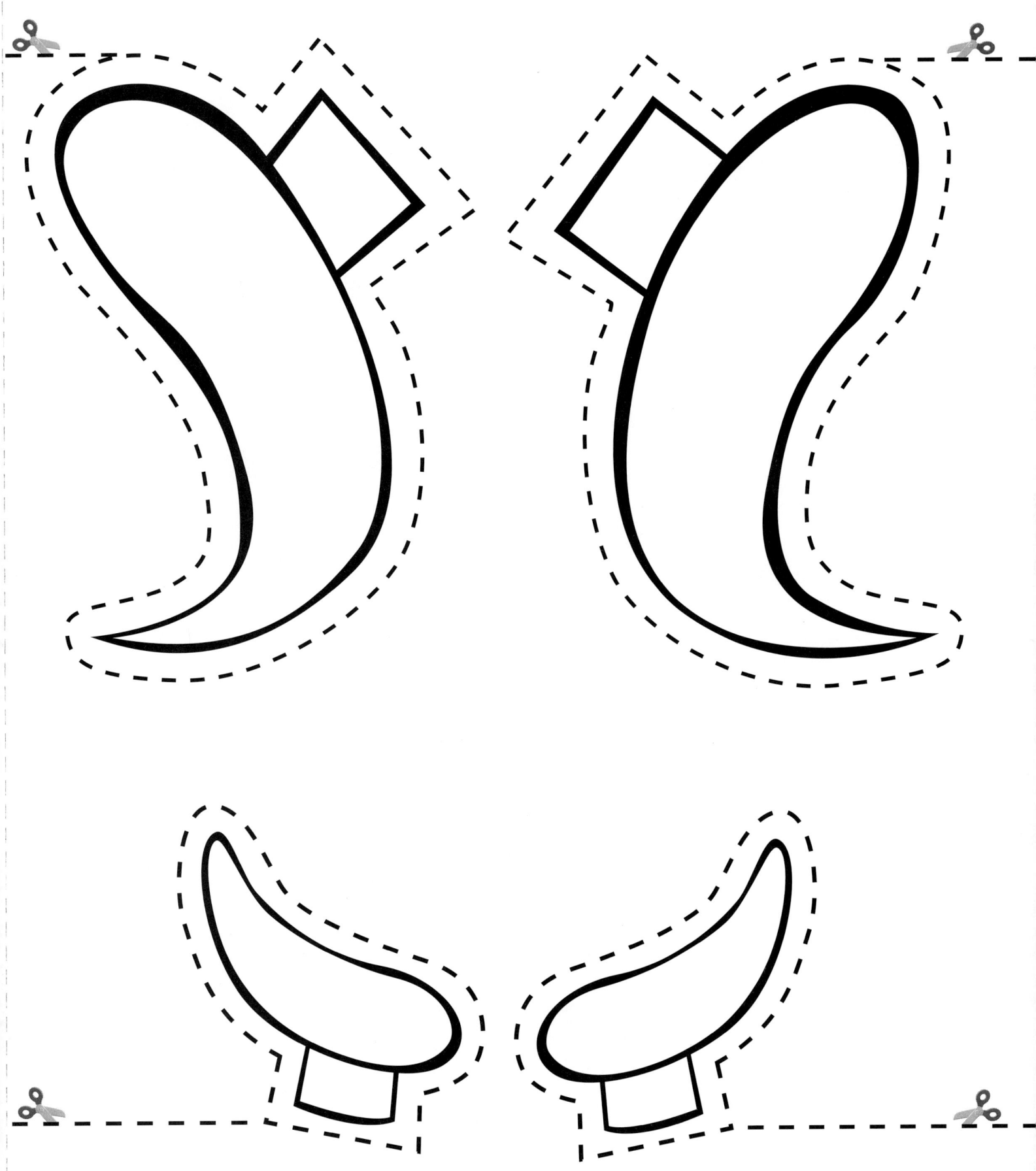

Unit 8 | Oink! Quack! Moo!
© Hampton-Brown

Master 56
For use with Volume 2, TE p. T89g

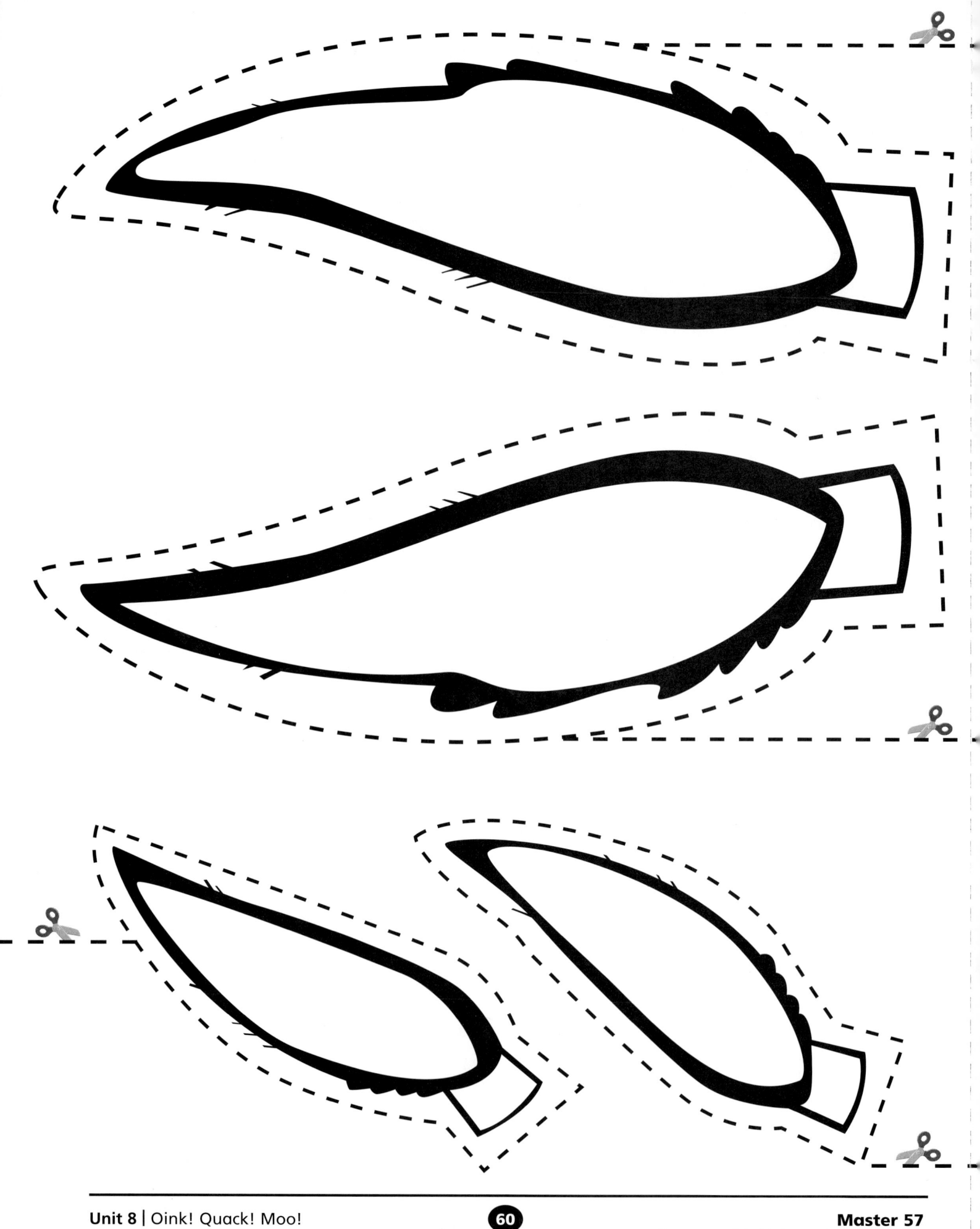

Unit 8 | Oink! Quack! Moo!
© Hampton-Brown

Master 57
For use with Volume 2, TE p. T89g

BOW-WOW, MEW-MEW

A Mother Goose Rhyme

BOW-WOW, says the dog. 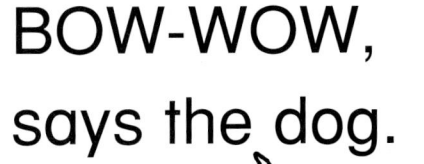	MEW-MEW, says the cat. 
GRUNT-GRUNT, says the hog. 	And SQUEAK, says the rat. 
WHOO-WHOO, says the owl. 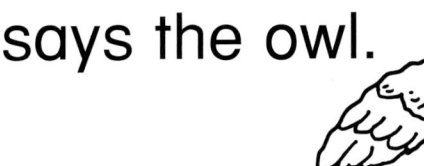	CAW-CAW, says the crow. 
QUACK-QUACK, says the duck. 	And MOO, says the cow.

little	little	little
little	little	little
little	little	little
little	little	little

Unit 8 | Oink! Quack! Moo!
© Hampton-Brown

Master 61
For use with Volume 2, TE p. T104

like	like	like
like	like	like
your	your	your
your	your	your

Name _____ Date _____

The _____ has _____.

Unit 8 | Oink! Quack! Moo!

Apple Salad

1 Put 10 apple chunks in a bowl.

2 Add 2 spoonfuls of yogurt.

3 Mix.

4 Eat.

TO MARKET, TO MARKET

A Mother Goose Rhyme

To market, to market, to buy a fat pig,

    Home again, home again, jiggety jig.

To market, to market, to buy a fat hog,

    Home again, home again, jiggety jog.

To market, to market, to buy a hot bun,

    Home again, home again, market is done.

go	go	go
go	go	go
in	in	in
in	in	in

Unit 9 | To Market
© Hampton-Brown

Master 66
For use with Volume 2, TE p. T144

look	look	look
look	look	look
at	at	at
at	at	at

Peanut Butter and Jelly Chant

Peanut, peanut butter, and jelly!

First you find the peanuts and

you pick 'em. You pick 'em.

Peanut, peanut butter, and jelly!

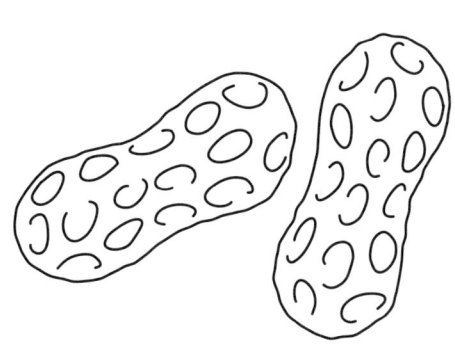 

New verses:

2. Next you take the peanuts and you crack 'em.

3. Then you take the peanuts and you smash 'em.

4. Then you take the peanuts and you spread 'em.

5. Now you take the sandwich and you eat it.

The Little Red Hen

Display the title of the story in the storytelling frame.

Once upon a time, a dog, a cat, a mouse, and a little red hen all lived together in a cozy little house. *Pull page 1 halfway out to reveal Picture 1.*

One day the little red hen was working in the yard.

Pull out page 1 to reveal Picture 2.

"Look," she said. "Here are some seeds. With these seeds, we can grow corn to make tortillas."

Pull page 2 halfway out to reveal Picture 3.

"Who will help me plant the seeds?" said the little red hen.

"Not I," said the dog. "Not I," said the cat. "Not I," said the mouse.

Pull page 2 out to reveal Picture 4.

"Then I will do it myself," said the little red hen. And she did. Soon the corn grew tall.

Pull out page 3 halfway to reveal Picture 5.

"Who will help me pick the corn?" said the little red hen.

"Not I," said the dog. "Not I," said the cat. "Not I," said the mouse.

Pull out page 3 to reveal Picture 6.

"Then I will do it myself," said little red hen.

And she did. Soon all the corn was picked.

Pull out page 4 halfway to reveal Picture 7

"We must turn the corn into flour," said the little red hen. "Who will help me grind the corn?"

Pull out page 4 to reveal Picture 8.

"Not I," said the dog. "Not I," said the cat. "Not I," said the mouse.

"Then I will do it myself," said the little red hen. And she did. When she had finished, the little red hen said, "Who will help me make the tortillas?" *Pull out page 5 halfway to reveal Picture 9.*

"Not I," said the dog. "Not I," said the cat. "Not I," said the mouse.

Pull out page 5 to reveal Picture 10.

"Then I will do it myself," said the little red hen. And she did. The little red hen put the hot tortillas on the table with a bowl of frijoles, or beans. My, they smelled good!

Pull out page 6 halfway to reveal Picture 11.

"Who will help me eat the tortillas?" said the little red hen.

"I will," said the dog. "I will," said the cat. "I will," said the mouse.

Pull out page 6 to reveal Picture 12.

"Not you, not you, and not you," said the little red hen. "You did not help me plant the seeds. You did not help me pick the corn. You did not help me grind the corn. You did not help me make the tortillas. So, you will not help me eat the tortillas. I will eat the tortillas all by myself." And she did.

Pull out page 7 halfway to reveal Picture 13.

The next day, the little red hen was working in the yard. "Look!" she said. "Here are some seeds. Who will help me plant them?"

"I will," said the dog. "I will," said the cat. "I will," said the mouse.

And they all did!

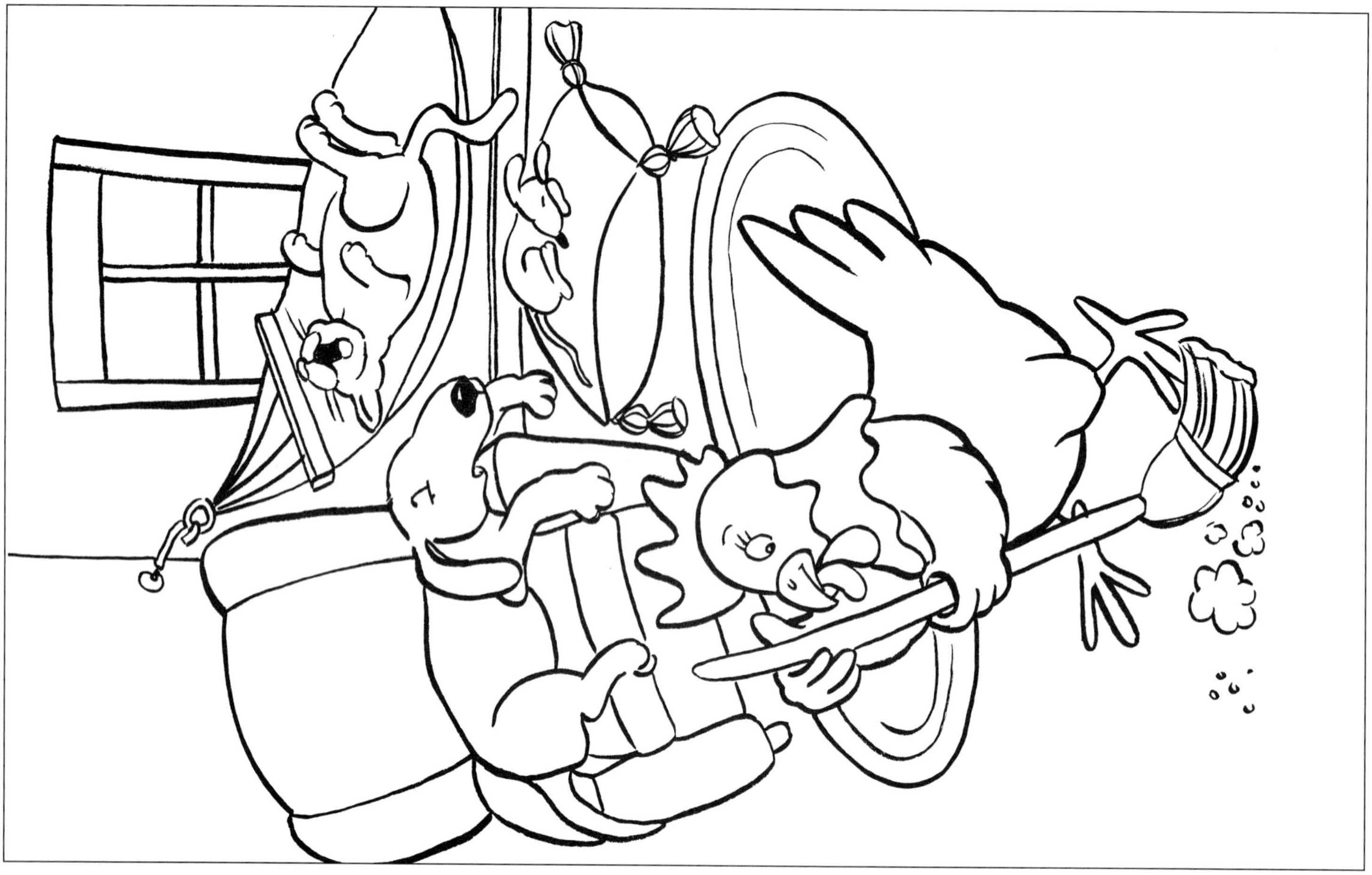

The Little Red Hen

Unit 9 | To Market

Master 72
For use with Volume 2, TE p. T161

Unit 9 | To Market
© Hampton-Brown

Master 73
For use with Volume 2, TE p. T161

Unit 9 | To Market
© Hampton-Brown

Master 74
For use with Volume 2, TE p. T161

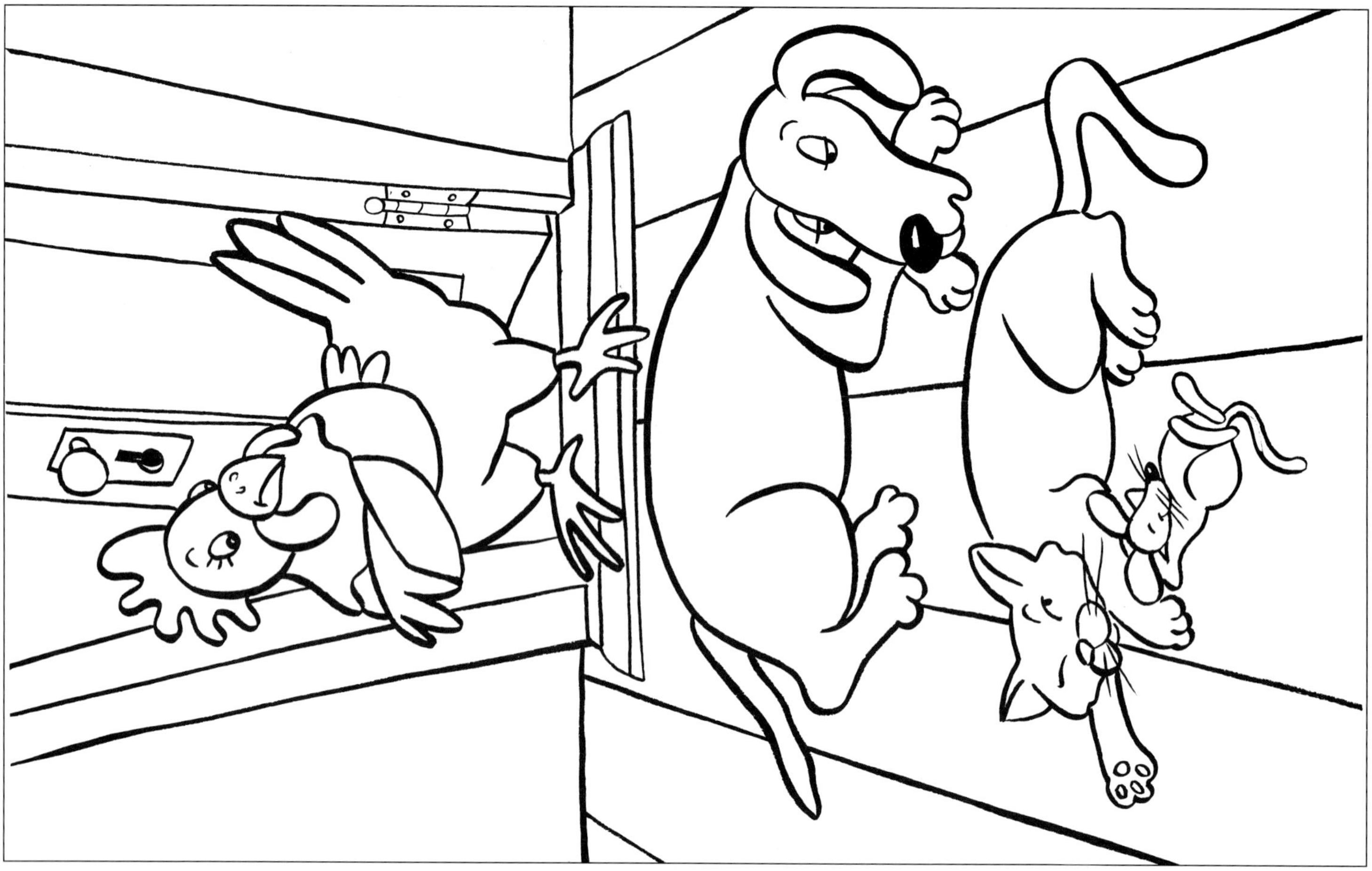

Unit 9 | To Market

Master 75

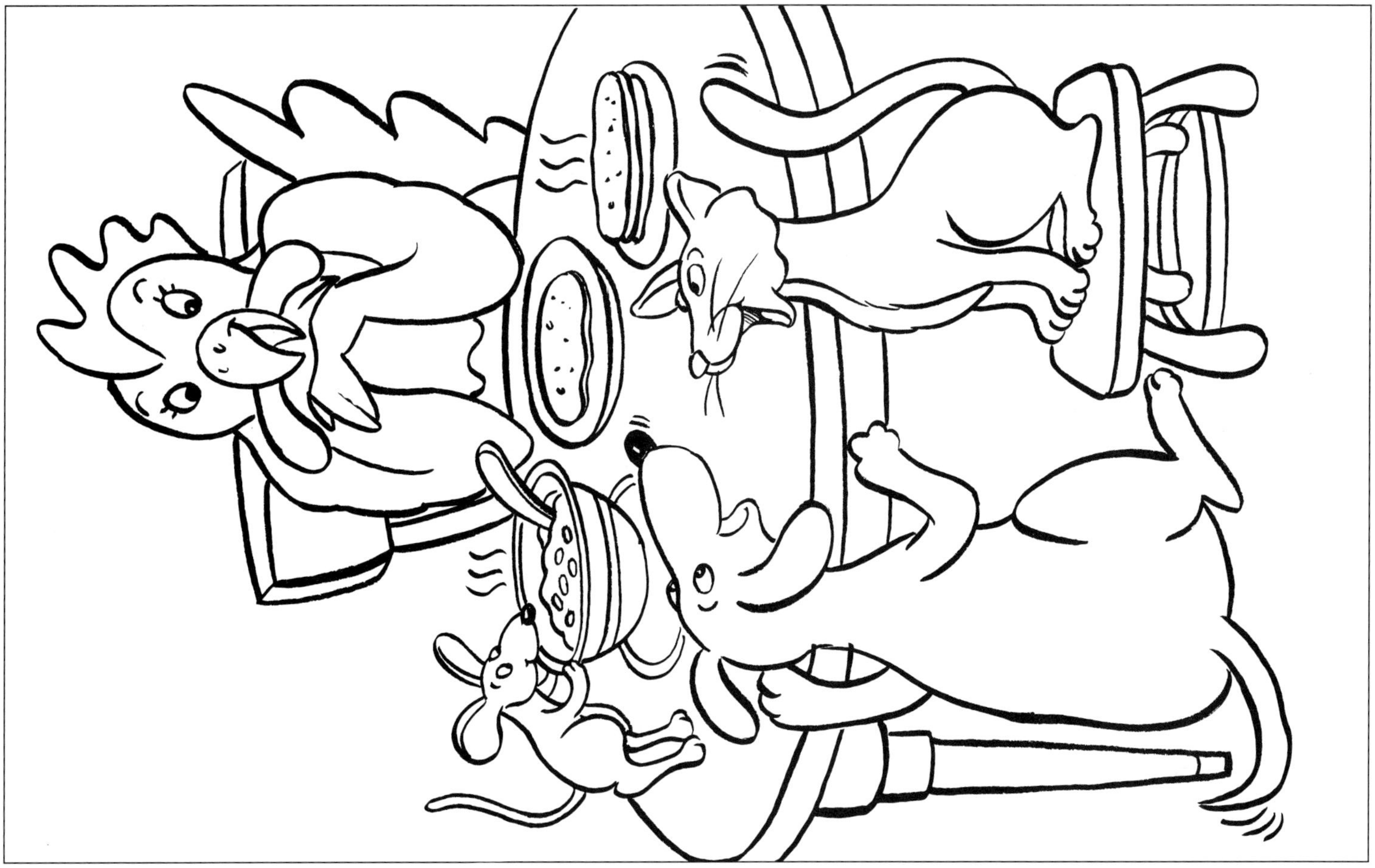

Unit 9 | To Market
© Hampton-Brown

Master 76
For use with Volume 2, TE p. T161

Unit 9 | To Market

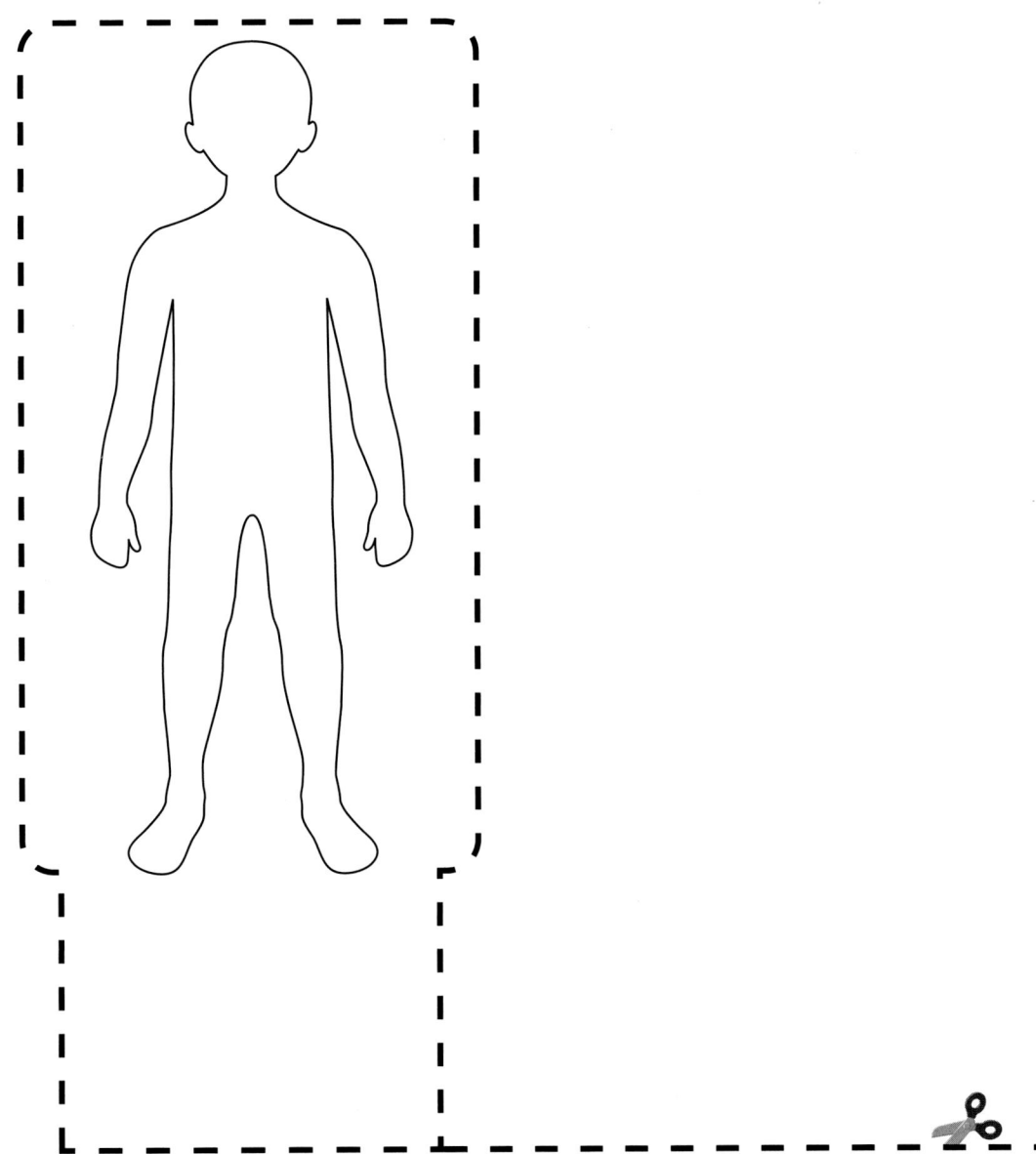

Unit 10 | Welcome Home
Master 78

on	on	on
on	on	on
my	my	my
my	my	my

big	big	big
big	big	big
not	not	not
not	not	not

A House for Two
Story Props

Materials
- sheets of brown and blue construction paper
- twigs
- a shoe box
- art supplies such as paint, tape, and paste
- craft sticks for puppets.
- Master 82

Preparation
1. Prepare the scene by making a "river" out of blue construction paper and placing twigs along the riverbank.
2. Prepare a shoe box "house:"
    - Cut away the bottom of the shoe box.
    - Paint the walls brown or cover them with paper.
    - Paint the lid brown and decorate with twigs.
    - Prepare four windows and a door to tape to the box. Prepare a folded sheet of construction paper to serve as the interior wall, to be inserted during the reading.
3. Prepare the puppets.
4. Use the props and puppets to tell the story.

Unit 10 | Welcome Home
© Hampton-Brown

Master 82
For use with Volume 2, TE pp. T205, T206, T209

A House for Two
A Folk Tale from Brazil

There was an old turtle who was walking along a river.

Show the turtle puppet walking along the riverbank.

He said to himself, "Oh, my. I am so tired of walking, walking everywhere. I would like to have my own house. And this is the perfect place for a house. This is where I will start building my house."

And away he went.

Show the jaguar puppet moving along the riverbank.

That same day, an old jaguar passed by that very same spot. He mumbled to himself, "I am so tired of running, running everywhere. I would like to have a house of my own. And this is the perfect place. This is where I will start building my house."

And away he went.

Show the turtle puppet clearing away the twigs on the ground.

The next day, the turtle came back and started clearing the ground. He cut down bushes and trees and made the ground smooth. He became very tired, so he decided to leave and come back when he had rested.

Bring the jaguar puppet back.

The next day, the old jaguar came back. He was ready to start building. He was very surprised to see the ground had already been cleared.

"Oh, my," he mumbled. "Someone has decided to help me build my house. How very kind!"

Have the jaguar puppet place the bottom of the shoebox on the cleared riverbank.

And he went on to build the floor of his new house. When he finished, he was so very tired that he decided to leave and come back when he had rested.

On the next day, the turtle came back. He was very surprised to see that someone had built the floor of his new house.

"Oh, my," he said. "Someone has decided to help me build my house. How very kind!"

Have the turtle puppet place the sides of the shoebox over the floor of the house.

And he went on to build the walls. When he finished, he was so tired that he decided to leave and come back when he had rested.

When the jaguar came back, he was surprised to see that someone had built the walls.

"Someone has built the walls for my house. How very kind!" he said.

Have the jaguar puppet place the shoebox lid on the walls of the house.

And he went on to build the roof. When he had finished, he was so tired that he decided to leave and come back when he had rested.

When the turtle came back, he was very surprised to see that someone had built the roof for his new house.

"Oh, my," he said. "Someone has built the roof for my house. How very kind!"

Have the turtle puppet tape the windows and door to the walls of the house.

And he went on to put in the windows and the door. When he had finished, he was so tired that he decided to leave and come back when he had rested.

On the next day, the jaguar came back. He was very surprised to see someone had put in the windows and door for his new house.

"Oh, my," he said. "Someone put in the windows and door for my house. How very kind!"

Have the jaguar puppet slide the roof halfway off and tape the dividing wall inside. Keep the roof half off.

And he went on to build a wall inside the house to make two rooms: one for the friend who had helped him all along, and one for himself. When he had finished, he was so tired that he went into his room and fell asleep.

Place the jaguar puppet in the revealed side of the house.

That night, the turtle came to his new house. He went into the empty room and fell fast asleep. *Remove roof and place the turtle puppet in the other side of the house.*

In the morning, the turtle and the jaguar woke up at the same time. The turtle asked, "Did you help me build my new house?"

Take out puppets and have them talk to each other.

"Yes," replied the jaguar. "And did you help me build my new house?"

"Yes!" replied the turtle.

"Thanks for your help," said the jaguar.

"You are welcome. And thank you for yours," said the turtle.

Since they made such a good team, they decided to live together. And they lived happily ever after.

The Three Little Pigs

A Folk Tale from England

Once there were three pigs. They each went out to build a house.

The first pig didn't want to work very hard, so he quickly built a house of hay. It was done in no time! He made a picnic and went outside to eat.

The second pig didn't want to work hard, either. He quickly built a house of twigs. It was done in no time, too! He went outside to play.

The third pig wanted a nice, strong house. While the other pigs were playing, this pig slowly and carefully built a house of bricks. It took a long time to build. After it was done, he went to sleep.

One day, when all the pigs were home, a big, bad wolf came along. He went to the house of hay first. "Let me in!" the wolf said.

"No!" said the first pig. But the wolf didn't listen. He blew the house down and scared away the first pig.

Next the wolf went to the house of twigs. "Let me in!" the wolf said.

"No!" said the second pig. But the wolf didn't listen. He blew the house down and scared away the second pig.

Finally, the wolf went to the brick house. "Let me in!" the wolf said.

"No!" said the third pig. But the wolf didn't listen. He blew and blew and blew. And then he looked. The house didn't blow down. It was too strong, so the wolf went away.

The three pigs saw each other the next day. They talked about the wolf. Then they all worked together to build two more houses—houses made of bricks.

Name _____

Date _____

Unit 10 | Welcome Home
© Hampton-Brown

Master 89
For use with Volume 2, TE p. T219

Family Fiesta!

Dear: _____

Please come to your child's school. We are learning about holidays. We would like you to share about a holiday you celebrate.

Place: _____

_____

Date: _____

Time: _____

Please let me know if you can come. Send in the reply below by

_____

- ✂ - -

To: _____, Kindergarten Teacher

From: _____, Parent or Guardian

☐ Yes, I will come to the Family Fiesta.

☐ No, I cannot come to the Family Fiesta.

- ✂ - -

Family Fiesta!
© Hampton-Brown

Master 90
For use with Volume 1, TE p. T221

Month: _____

Sunday	Monday	Tuesday	Wednesday	Thursday	Friday	Saturday

Family Fiesta!
© Hampton-Brown

Tellabration

Dear: _____

Please come to your child's school. We are learning about family stories. We would like you to share a story, song, poem, riddle, or proverb that you learned when you were a child.

Place: _____

_____

Date: _____

Time: _____

Please let me know if you can come. Send in the reply below by

_____

- ✂ - -

To: _____, Kindergarten Teacher

From: _____, Parent or Guardian

☐ Yes, I will come to the Tellabration.

☐ No, I cannot come to the Tellabration.

- ✂ - -

Tellabration
© Hampton-Brown

Avenues
Family Newsletters

Avenues NEWSLETTER

Let's Go to School

UNIT 1
Sing a School Song

In this unit, we are learning about things related to school.

1. Talk with your child about what school was like when you were your child's age.
2. Choose an alphabet song, counting rhyme or other school poem from your home language.
3. Recite it together.

© Hampton-Brown

Newsletter 1 in English

BOLETÍN Avenues

Vamos a la escuela

UNIDAD 1

Una canción escolar

En esta unidad, aprenderemos sobre la escuela.

1. Describa a su hijo o hija cómo era la escuela cuando usted tenía su edad.
2. Recuerde una canción sobre las letras, una rima para contar u otro poema escolar en español.
3. Recítenla juntos.

TIN THƯ Avenues

Chúng Ta Cùng Đi Học

TÍN CHỈ 1

Hát Một Bài Ca Của Trường Học

Trong tín chỉ này, chúng ta đang học về những điều liên quan đến trường học.

1. Nói cho con của quý vị biết trường học ngày xưa lúc quý vị bằng tuổi của các em như thế nào.
2. Chọn một bài hát về mẫu tự abc, về số đếm theo vần hay một bài thơ về trường học bằng ngôn ngữ của quý vị.
3. Cùng nhau đọc lên bài này.

Avenues 教育通讯

第一单元 上学去

唱支校园歌

我们将在这一单元里介绍所有与上学有关的事情。

1. 给你的孩子讲讲当你象你的孩子这样大时学校是什么样的。
2. 从你的家乡语言里挑选一支字母歌，一个数字口诀或其它的校园诗歌。
3. 与孩子一起朗读选择的口诀或诗歌。

Avenues 뉴스레터

애들이 학교가자

유닛 1
학교 노래 부르기

이 유닛에서 우리는 학교와 관련되는 것들을 배웁니다.

1. 부모가 어릴 때는 학교가 어떠했는지 자녀에게 얘기해 주세요.
2. 한국어로 된 ABC 노래, 숫자 노래, 그밖에 학교 관련 노래들을 선택하세요.
3. 같이 부르세요.

Avenues Tsab Xovxwm

Pais Peb Pais Kawmntawv

TSHOOJNTAWV 1

Hu Zaj Nkauj Hais Txog kev Kawmntawv

Nyob rau tshoojntawv no, peb tab tom kawm txog tej ub tej no hais txog tsev kawmntawv.

1. Nrog koj tus menyuam tham txog tias thaum koj luaj nws nej tej kev kawmntawv zoo li cas.

2. Xaiv ib zaj nkauj siv cov tsiaj ntawv uas yog nej hom lus uas muaj txwm sib dho los yog tej zaj lus pajhuam uas hais txog kev kawmntawv.

3. Muab zaj nkauj coj los xyaum hu ua ke nrog koj tus menyuam.

© Hampton-Brown
103
Newsletter 1 in Hmong

BILTEN Avenues

Ann Al Lekòl

PREMYÈ LESON

Chante yon ti Chante Ou te Aprann Lekòl

Nan leson sa a, nou pral aprann kèk bagay sou lekòl.

1. Rakonte pitit ou a kijan lekòl te ye lè ou te genyen laj pitit ou a.
2. Chwazi yon chante sou alfabè a, oubyen yon chante lè yap aprann konte oudyen ankò yon pwezi ou te aprann lekòl nan pwòp lang ou.
3. Resite li ansanm.

Avenues Newsletter
We Are a Family

UNIT 2

Draw a Traditional Food

In this unit, we are learning about family and food.

1. Talk with your child about traditional foods that you eat at family celebrations.
2. Help your child draw and label a picture of one of those foods.
3. Remind your child to bring the picture to class.

BOLETÍN Avenues

Somos familia

UNIDAD 2

Una comida típica

En esta unidad, aprenderemos sobre familias y la comida.

1. Hable con su hijo o hija sobre la comida típica de celebraciones familiares.
2. Ayude a su hijo o hija a hacer un dibujo de una de esas comidas.
3. Recuérdele que debe traer el dibujo a la clase.

TIN THƯ Avenues

Chúng Ta Cùng Một Gia Đình

TÍN CHỈ 2

Vẽ Một Món Ăn Truyền Thống

Trong tín chỉ này, chúng ta đang học về gia đình và thực phẩm.

1. Nói với con của quý vị về món ăn truyền thống của gia đình mà quý vị thường ăn vào dịp lễ của gia đình.
2. Giúp con của quý vị vẽ một bức tranh và đề tên một trong những món ăn đó.
3. Nhắc con của quý vị mang bức tranh đó vào lớp học.

TIN THƯ Avenues

Chúng Ta Cùng Một Gia Đình

TÍN CHỈ 2

Vẽ Một Món Ăn Truyền Thống

Trong tín chỉ này, chúng ta đang học về gia đình và thực phẩm.

1. Nói với con của quý vị về món ăn truyền thống của gia đình mà quý vị thường ăn vào dịp lễ của gia đình.
2. Giúp con của quý vị vẽ một bức tranh và đề tên một trong những món ăn đó.
3. Nhắc con của quý vị mang bức tranh đó vào lớp học.

TIN THƯ Avenues

Chúng Ta Cùng Một Gia Đình

TÍN CHỈ 2

Vẽ Một Món Ăn Truyền Thống

Trong tín chỉ này, chúng ta đang học về gia đình và thực phẩm.

1. Nói với con của quý vị về món ăn truyền thống của gia đình mà quý vị thường ăn vào dịp lễ của gia đình.
2. Giúp con của quý vị vẽ một bức tranh và đề tên một trong những món ăn đó.
3. Nhắc con của quý vị mang bức tranh đó vào lớp học.

TIN THƯ Avenues

Chúng Ta Cùng Một Gia Đình

TÍN CHỈ 2

Vẽ Một Món Ăn Truyền Thống

Trong tín chỉ này, chúng ta đang học về gia đình và thực phẩm.

1. Nói với con của quý vị về món ăn truyền thống của gia đình mà quý vị thường ăn vào dịp lễ của gia đình.
2. Giúp con của quý vị vẽ một bức tranh và đề tên một trong những món ăn đó.
3. Nhắc con của quý vị mang bức tranh đó vào lớp học.

Avenues 教育通讯

第二单元 — 一家人

画画传统住者

我们将在这一单元学到有关家庭和各种食品的知识。

1. 跟你的孩子讲讲你们在家庭庆祝活动中常吃的各种传统食品。
2. 帮助孩子描绘其中一种食物，画出并附上它的名称。
3. 提醒你的孩子上课时带上这张图。

우리는 가족

Avenues 뉴스레터

유닛 2

한국 고유 음식을 그려보세요

이 유닛에서 우리는 가족과 음식에 관하여 배웁니다.

1. 부모가 명절 때나 잔치 때 먹었던 음식에 관하여 자녀와 얘기하세요.
2. 이런 음식들 중 하나를 그림으로 그리고 이름을 붙이게 도와주세요.
3. 그림을 들때 스에 끗고 가라고 하세요.

© Hampton-Brown Newsletter 2 in Korean

Avenues Tsab Xovxwm

Peb Yog Ib Tsevneeg

TSHOOJNTAWV 2

Kos Ib Daim Duab Txog Nej Hom Zaubmov

Nyob rau tshoojntawv no, peb tab tom kawm txog tsevneeg thiab tej zaubmov.

1. Nrog koj tus menyuam sib tham txog nej tej zaubmov uas nej noj thaum nej tsevneeg muaj kev noj tsiab hawm txog ib yam dab tsi.
2. Pab koj tus menyuam kos ib daim duab txog nej cov zaubmov, xaiv ib hom zaubmov es sau npe rau tias hu li cas.
3. Nco ntsoov hais kom koj tus menyuam nqa daim duab no tuaj tom nws chav tsev kawmntawv.

BILTEN Avenues
Nou Tout Se Fanmiy

DEZYÈM LESON

Desinen Yon Manje Tradisyonèl

Nan leson sa a, nou pral pale sou fanmi ak sou manje.

1. Pale ak pitit ou a ki manje tradisyonèl yo fè nan fanmi ou lè nap fè yon fèt.
2. Ede pitit ou a desinen yon imaj ak yon etikèt de youn nan manje sa yo.
3. Fè pitit ou a sonje pou li pote imaj sa a nan klas la.

BILTEN Avenues
Nou Tout Se Fanmiy

Desinen Yon Manje Tradisyonèl

Nan leson sa a, nou pral pale sou fanmi ak sou manje.

1. Pale ak pitit ou a ki manje tradisyonèl yo fè nan fanmi ou lè nap fè yon fèt.
2. Ede pitit ou a desinen yon imaj ak yon etikèt de youn nan manje sa yo.
3. Fè pitit ou a sonje pou li pote imaj sa a nan klas la.

Newsletter 2 in Haitian Creole

Avenues NEWSLETTER
Here We Go!

UNIT 3

Picture a Vehicle

In this unit, we are learning about all kinds of transportation.

1. Talk with your child about what kind of vehicle your parents used when they were growing up.
2. Help your child draw a picture of that vehicle.
3. Remind your child to bring the picture to class.

BOLETÍN Avenues

¡En camino!

UNIDAD 3

Carritos y caballos

En esta unidad, aprenderemos sobre los medios de transporte.

1. Hable con su hijo o hija sobre el medio de transporte que usaban sus abuelos o bisabuelos cuando eran niños.
2. Ayude a su hijo o hija a hacer un dibujo del medio de transporte.
3. Recuérdele que debe traer el dibujo a la clase.

TIN THƯ Avenues

Chúng Ta Đi Thôi!

TÍN CHỈ 3

Hình Dung Về Một Chiếc Xe

Trong tín chỉ này, chúng ta đang học về tất cả các loại vận chuyển.

1. Nói với con của quý vị về loại xe nào cha mẹ hay ông bà của quý vị đã sử dụng lúc những người này trưởng thành.
2. Giúp con của quý vị vẽ một bức tranh về chiếc xe đó.
3. Nhắc con của quý vị mang bức tranh này vào lớp học.

TIN THƯ Avenues

Chúng Ta Đi Thôi!

TÍN CHỈ 3

Hình Dung Về Một Chiếc Xe

Trong tín chỉ này, chúng ta đang học về tất cả các loại vận chuyển.

1. Nói với con của quý vị về loại xe nào cha mẹ hay ông bà của quý vị đã sử dụng lúc những người này trưởng thành.
2. Giúp con của quý vị vẽ một bức tranh về chiếc xe đó.
3. Nhắc con của quý vị mang bức tranh này vào lớp học.

TIN THƯ Avenues

Chúng Ta Đi Thôi!

TÍN CHỈ 3

Hình Dung Về Một Chiếc Xe

Trong tín chỉ này, chúng ta đang học về tất cả các loại vận chuyển.

1. Nói với con của quý vị về loại xe nào cha mẹ hay ông bà của quý vị đã sử dụng lúc những người này trưởng thành.
2. Giúp con của quý vị vẽ một bức tranh về chiếc xe đó.
3. Nhắc con của quý vị mang bức tranh này vào lớp học.

TIN THƯ Avenues

Chúng Ta Đi Thôi!

TÍN CHỈ 3

Hình Dung Về Một Chiếc Xe

Trong tín chỉ này, chúng ta đang học về tất cả các loại vận chuyển.

1. Nói với con của quý vị về loại xe nào cha mẹ hay ông bà của quý vị đã sử dụng lúc những người này trưởng thành.
2. Giúp con của quý vị vẽ một bức tranh về chiếc xe đó.
3. Nhắc con của quý vị mang bức tranh này vào lớp học.

Avenues 教育通讯

开始吧!

第三单元

画出一辆汽车

我们将在这一单元学习各种交通工具的知识。

1. 给你的孩子讲讲当年你的父母或祖父母年轻时所使用的车辆。
2. 帮助你的孩子画出这种交通工具。
3. 提醒你的孩子上课时带上这张图。

Avenues 뉴스레터

자 타고 가자!

유닛 3

교통수단을 그리세요

이 유닛에서 우리는 모든 종류의 교통수단을 배웁니다.

1. 부모님 아버지나 할아버지 세대가 성장할 때는 어떤 교통수단을 이용했는지 자녀와 얘기하세요.
2. 자녀가 그 것을 그림으로 그리게 도와주세요.
3. 그림을 틀때소에 짓고 가다고 하세요.

Avenues Tsab Xovxwm

Mus, Peb Mus Lau!

TSHOOJNTAWV 3

Khwv Yees Txog Ib Daim Duab Lub Fai

Nyob rau tshoojntawv no, peb tab tom kawm txog txhua yam tsav uas siv caij mus los.

1. Nrog koj tus menyuam tham txog yam tsheb uas koj niam thiab koj txiv los sis koj pog thiab koj yawg lawv siv caij mus los thaum lawv tseem yau.

2. Pab koj tus menyuam kos daim duab txog lub tsheb ntawd.

3. Nco ntsoov hais kom koj tus menyuam nqa daim duab no tuaj tom nws chav tsev kawmntawv.

© Hampton-Brown Newsletter 3 in Hmong

BILTEN Avenues

Ann Ale!

TWAZYÈM LESON

Desinen yon Machin

Nan leson sa a, nou pral pale sou tout mwayen transpò.

1. Rakonte pitit ou a ki kalite machin paran ak gran paran ou te konn sèvi nan tan pa yo.
2. Ede pitit ou a desinen yon imaj de machin sa yo.
3. Fè pitit ou a sonje pou li pote imaj sa a nan klas la.

© Hampton-Brown

Newsletter 3 in Haitian Creole

Avenues NEWSLETTER

Just Around the Corner

UNIT 4

Send a Letter

In this unit, we are learning about neighborhoods and community workers.

1. Help your child write a letter to a family member or friend.
2. Go to the post office and mail the letter together.
3. Talk with your child about how a mail carrier will deliver the letter.

© Hampton-Brown

Newsletter 4 in English

BOLETÍN *Avenues*

A la vuelta de la esquina

UNIDAD 4

Una cartita

En esta unidad, aprenderemos sobre vecindades y trabajadores de la comunidad.

1. Ayude a su hijo o hija a escribir una carta a algún familiar o amigo.
2. Vayan a la oficina de correos para mandar la carta.
3. Explíquele a su hijo o hija cómo entregará la carta el cartero.

© Hampton-Brown

Newsletter 4 in Spanish

Tin Thư Avenues

Quanh Góc Đường

TÍN CHỈ 4

Gởi Một Lá Thư

Trong tín chỉ này, chúng ta đang học về khu cư trú và những nhân viên làm việc trong cộng đồng.

1. Giúp con của quý vị viết một lá thư gởi cho một người trong gia đình hay một người bạn.
2. Cùng nhau đến bưu điện gởi lá thư này.
3. Nói với con của quý vị về cách thức người phát thư phát lá thư đó.

Tin Thư Avenues

Quanh Góc Đường

TÍN CHỈ 4

Gởi Một Lá Thư

Trong tín chỉ này, chúng ta đang học về khu cư trú và những nhân viên làm việc trong cộng đồng.

1. Giúp con của quý vị viết một lá thư gởi cho một người trong gia đình hay một người bạn.
2. Cùng nhau đến bưu điện gởi lá thư này.
3. Nói với con của quý vị về cách thức người phát thư phát lá thư đó.

Tin Thư Avenues

Quanh Góc Đường

TÍN CHỈ 4

Gởi Một Lá Thư

Trong tín chỉ này, chúng ta đang học về khu cư trú và những nhân viên làm việc trong cộng đồng.

1. Giúp con của quý vị viết một lá thư gởi cho một người trong gia đình hay một người bạn.
2. Cùng nhau đến bưu điện gởi lá thư này.
3. Nói với con của quý vị về cách thức người phát thư phát lá thư đó.

Tin Thư Avenues

Quanh Góc Đường

TÍN CHỈ 4

Gởi Một Lá Thư

Trong tín chỉ này, chúng ta đang học về khu cư trú và những nhân viên làm việc trong cộng đồng.

1. Giúp con của quý vị viết một lá thư gởi cho một người trong gia đình hay một người bạn.
2. Cùng nhau đến bưu điện gởi lá thư này.
3. Nói với con của quý vị về cách thức người phát thư phát lá thư đó.

Avenues 教育通讯

近在咫尺

第四单元

寄信

我们将在这一单元里介绍邻里邻居和社区工作者们。

1. 帮助你的孩子给家人或朋友写一封信。
2. 和你的孩子一起到邮局寄出这封信。
3. 给孩子讲讲邮递员是怎样把这封信送到收信人手中的。

Avenues 뉴스레터

유닛 4   우리 동네

편지를 보내세요

이 유닛에서 우리는 동네와 그 안에서 일하는 사람들에 관하여 배웁니다.

1. 가족이나 친구에게 편지를 쓰도록 도와주세요.
2. 함께 우체국에 가서 편지를 부치세요.
3. 집배원이 편지를 어떻게 배달하는지 얘기해 주세요.

Avenues 뉴스레터

유닛 4   우리 동네

편지를 보내세요

이 유닛에서 우리는 동네와 그 안에서 일하는 사람들에 관하여 배웁니다.

1. 가족이나 친구에게 편지를 쓰도록 도와주세요.
2. 함께 우체국에 가서 편지를 부치세요.
3. 집배원이 편지를 어떻게 배달하는지 얘기해 주세요.

Avenues 뉴스레터

유닛 4   우리 동네

편지를 보내세요

이 유닛에서 우리는 동네와 그 안에서 일하는 사람들에 관하여 배웁니다.

1. 가족이나 친구에게 편지를 쓰도록 도와주세요.
2. 함께 우체국에 가서 편지를 부치세요.
3. 집배원이 편지를 어떻게 배달하는지 얘기해 주세요.

Avenues 뉴스레터

유닛 4   우리 동네

편지를 보내세요

이 유닛에서 우리는 동네와 그 안에서 일하는 사람들에 관하여 배웁니다.

1. 가족이나 친구에게 편지를 쓰도록 도와주세요.
2. 함께 우체국에 가서 편지를 부치세요.
3. 집배원이 편지를 어떻게 배달하는지 얘기해 주세요.

Avenues Tsab Xovxwm

TSHOOJNTAWV 4 — Nyob Kiag Ntawd Ces Kaum Ntawd Xwb

Xa Tsab Ntawv

Nyob rau tshoojntawv no, peb tab tom kawm txog cov zej-zog thiab tej neeg ua haujlwm hauv zos.

1. Pab koj tus menyuam sau ib daim ntawv xa mus rau ib tug neeg hauv nej tsevneeg los sis xa mus rau ib tug phoojywg.
2. Mus tom tsev xa ntawv, es neb ob leeg muab tsab ntawv no xa mus.
3. Tham rau koj tus menyuam tias tus neeg xa ntawv yuav xa li cas es daim ntawv thiaj mus txog.

© Hampton-Brown

Newsletter 4 in Hmong

Boletín Avenues

¡Buenos días, solecito!

UNIDAD 5

Canción del clima

En esta unidad, aprenderemos sobre el clima y las estaciones.

1. Piense en una canción en español que hable de la lluvia, el calor o el frío.
2. Cántela con su hijo o hija.
3. Hable con su hijo o hija sobre el clima de hoy.

TIN THƯ Avenues

Chào Ánh Sáng Mặt Trời!

TÍN CHỈ 5

Hát Về Thời Tiết

Trong tín chỉ này, chúng ta đang học về thời tiết và các mùa trong năm.

1. Chọn một bài hát về mưa hay bài hát về các loại thời tiết khác bằng tiếng mẹ đẻ của quý vị.
2. Cùng hát bài này với con của quý vị.
3. Nói với con của quý vị về thời tiết hôm nay bên ngoài.

TIN THƯ Avenues

Chào Ánh Sáng Mặt Trời!

TÍN CHỈ 5

Hát Về Thời Tiết

Trong tín chỉ này, chúng ta đang học về thời tiết và các mùa trong năm.

1. Chọn một bài hát về mưa hay bài hát về các loại thời tiết khác bằng tiếng mẹ đẻ của quý vị.
2. Cùng hát bài này với con của quý vị.
3. Nói với con của quý vị về thời tiết hôm nay bên ngoài.

TIN THƯ Avenues

Chào Ánh Sáng Mặt Trời!

TÍN CHỈ 5

Hát Về Thời Tiết

Trong tín chỉ này, chúng ta đang học về thời tiết và các mùa trong năm.

1. Chọn một bài hát về mưa hay bài hát về các loại thời tiết khác bằng tiếng mẹ đẻ của quý vị.
2. Cùng hát bài này với con của quý vị.
3. Nói với con của quý vị về thời tiết hôm nay bên ngoài.

TIN THƯ Avenues

Chào Ánh Sáng Mặt Trời!

TÍN CHỈ 5

Hát Về Thời Tiết

Trong tín chỉ này, chúng ta đang học về thời tiết và các mùa trong năm.

1. Chọn một bài hát về mưa hay bài hát về các loại thời tiết khác bằng tiếng mẹ đẻ của quý vị.
2. Cùng hát bài này với con của quý vị.
3. Nói với con của quý vị về thời tiết hôm nay bên ngoài.

Avenues 教育通讯

阳光，你好！

第五单元

气象歌

在这一单元里，我们将学习有关天气和季节的知识。

1. 从你的第一语言中挑一首下雨歌或其它气象歌。
2. 和你的孩子一起唱这首气象歌。
3. 跟你的孩子讲讲今天的天气。

Avenues 뉴스레터

유닛 5

햇볕이 빨갛다!

날씨에 관하여 노래하세요

이 유닛에서 우리는 날씨와 계절에 관하여 배웁니다.

1. 한국어로 된 비나 날씨에 관한 노래를 선택하세요.
2. 자녀와 함께 부르세요.
3. 오늘 바깥 날씨가 어떠한지 자녀와 얘기하세요.

Avenues 뉴스레터

유닛 5

햇볕이 빨갛다!

날씨에 관하여 노래하세요

이 유닛에서 우리는 날씨와 계절에 관하여 배웁니다.

1. 한국어로 된 비나 날씨에 관한 노래를 선택하세요.
2. 자녀와 함께 부르세요.
3. 오늘 바깥 날씨가 어떠한지 자녀와 얘기하세요.

Avenues Tsab Xovxwm

TSHOOJNTAWV 5 Hello, Tshav Ntuj!

Hu Nkauj Txog Huabcua

Nyob rau tshoojntawv no, peb tab tom kawm txog huabcua thiab cov caij nyoog cim ntuj.

1. Xaiv ib zaj nkauj uas yog nej hom lus uas hu txog cim ntuj nag los sis txog huabcua tej.
2. Hu zaj nkauj no ua ke nrog koj tus menyuam.
3. Tham nrog koj tus menyuam txog cov huabcua nraum zoov hnub no.

© Hampton-Brown

Newsletter 5 in Hmong

BILTEN Avenues

Alo, Bèl Solèy!

SENKYÈM LESON

Chante de Tan an

Nan leson sa a, nou pral aprann kèk bagay sou kijan tanan ye ak sou sezon lane yo

1. Chwazi yon chante sou lapli oubyen sou kijan tan an ye, nan pwòp lang nou.
2. Chante li ansanm ak pitit ou.
3. Pale ak pitit ou a de tan li fè jodi a.

Avenues Newsletter

Wild, Woolly, Wonderful

UNIT 6

Tell an Animal Folk Tale

In this unit, we are learning about all kinds of animals.

1. Tell a folk tale you heard when you were a child, one with animals as main characters.
2. Talk about the moral of the story.
3. Tell your child how you learned the tale.

BOLETÍN Avenues

Desfile de animales

UNIDAD 6

Había una vez...

En esta unidad, aprenderemos sobre los animales.

1. Cuente un cuento tradicional de su niñez, uno que tenga animales como protagonistas.
2. Hable sobre la moraleja del cuento.
3. Cuéntele a su hijo o hija cómo usted aprendió el cuento.

TIN THƯ Avenues

Hoang Dại, Có Lông Len, Tuyệt Diệu

TÍN CHỈ 6

Kể Một Chuyện Cổ Tích Về Loài Vật

Trong tín chỉ này, chúng ta đang học về tất cả loài vật.

1. Kể một chuyện cổ tích quý vị đã nghe khi còn bé, với các vai chánh là những con vật.
2. Nói về khía cạnh đạo đức của câu chuyện.
3. Nói với con của quý vị cách học thuộc chuyện này.

Avenues 教育通讯

野生的、毛茸茸的、精彩的

第六单元
动物的民间故事

在这一单元里,我们将接触各种各样的动物。

1. 讲一个你在童年时听说的其中以动物为主人公的传说。
2. 讨论一下这个故事里的寓意。
3. 告诉孩子你是如何听到这个传说的。

Avenues 뉴스레터

와일드, 울리, 원더풀

유닛 6

동물이 나오는 옛날 얘기

이 유닛에서 우리는 모든 종류의 동물들에 관하여 배웁니다.

1. 부모가 어릴 때 들었던 동물이 나오는 옛날 얘기를 해 주세요.
2. 그 얘기의 교훈을 얘기 하세요.
3. 그 얘기를 어디서 들었는지 말해 주세요.

Avenues Tsab Xovxwm

Qus, Muaj Plaub thiab Lomzem

TSHOOJNTAWV 6

Qhia Ib Zaj Dabneeg Hais Txog Tsiaj

Nyob rau tshoojntawv no, peb tab tom kawm txog txhua yam tsiaj.

1. Qhia ib zaj dabneeg uas koj tau hnov thaum koj tseem yau uas piav txog tsiaj.
2. Tham txog tias zaj dabneeg no muaj txiajntsig zoo dab tsi.
3. Qhia rau koj tus menyuam tias ua cas koj thiaj kawm tau zaj dabneeg no.

Avenues Tsab Xovxwm

Qus, Muaj Plaub thiab Lomzem

TSHOOJNTAWV 6

Qhia Ib Zaj Dabneeg Hais Txog Tsiaj

Nyob rau tshoojntawv no, peb tab tom kawm txog txhua yam tsiaj.

1. Qhia ib zaj dabneeg uas koj tau hnov thaum koj tseem yau uas piav txog tsiaj.
2. Tham txog tias zaj dabneeg no muaj txiajntsig zoo dab tsi.
3. Qhia rau koj tus menyuam tias ua cas koj thiaj kawm tau zaj dabneeg no.

Avenues Tsab Xovxwm

Qus, Muaj Plaub thiab Lomzem

TSHOOJNTAWV 6

Qhia Ib Zaj Dabneeg Hais Txog Tsiaj

Nyob rau tshoojntawv no, peb tab tom kawm txog txhua yam tsiaj.

1. Qhia ib zaj dabneeg uas koj tau hnov thaum koj tseem yau uas piav txog tsiaj.
2. Tham txog tias zaj dabneeg no muaj txiajntsig zoo dab tsi.
3. Qhia rau koj tus menyuam tias ua cas koj thiaj kawm tau zaj dabneeg no.

Avenues Tsab Xovxwm

Qus, Muaj Plaub thiab Lomzem

TSHOOJNTAWV 6

Qhia Ib Zaj Dabneeg Hais Txog Tsiaj

Nyob rau tshoojntawv no, peb tab tom kawm txog txhua yam tsiaj.

1. Qhia ib zaj dabneeg uas koj tau hnov thaum koj tseem yau uas piav txog tsiaj.
2. Tham txog tias zaj dabneeg no muaj txiajntsig zoo dab tsi.
3. Qhia rau koj tus menyuam tias ua cas koj thiaj kawm tau zaj dabneeg no.

BILTEN Avenues

Sovaj, Pwali, Bèl Bagay

SIZYÈM LESON

Rakonte yon Istwa Popilè sou Bèt

Nan leson sa a, nap etidye tout kalite bèt.

1. Rakonte yon istwa popilè sou bèt ke ou tande lè ou te timoun.
2. Eksplike moral istwa popilè sa a.
3. Rakonte pitit ou a kijan ou te aprann istwa popilè sa a.

© Hampton-Brown

Newsletter 6 in Haitian Creole

Avenues NEWSLETTER

Look at Me!

UNIT 7

Feeling Better

In this unit, we are learning about our bodies, senses and feelings.

1. Talk about what your family does for you when you have a cold.
2. Talk about a time when your child was sick.
3. Ask your child what helped him or her feel better.

BOLETÍN Avenues

¡Mírame a mí!

UNIDAD 7

¡Salud!

En esta unidad, aprenderemos sobre el cuerpo, los cinco sentidos y los sentimientos.

1. Cuando alguien en la familia tiene gripe, ¿cómo se cuida a esa persona?
2. Hable con su hijo o hija acerca de una vez que estuvo enfermo o enferma.
3. Pregúntele qué fue lo que le hizo sentir mejor.

TIN THƯ Avenues

Hãy Nhìn Tôi!

TÍN CHỈ 7

Cảm Thấy Khá Hơn

Trong tín chỉ này, chúng ta đang học về cơ thể, các giác quan và những cảm giác của chúng ta.

1. Nói về những gì gia đình của quý vị đã làm cho quý vị khi quý vị bị cảm lạnh.
2. Nói về lúc con của quý vị bị bịnh.
3. Hỏi con của quý vị điều gì làm cho em cảm thấy khá hơn.

TIN THƯ Avenues

Hãy Nhìn Tôi!

TÍN CHỈ 7

Cảm Thấy Khá Hơn

Trong tín chỉ này, chúng ta đang học về cơ thể, các giác quan và những cảm giác của chúng ta.

1. Nói về những gì gia đình của quý vị đã làm cho quý vị khi quý vị bị cảm lạnh.
2. Nói về lúc con của quý vị bị bịnh.
3. Hỏi con của quý vị điều gì làm cho em cảm thấy khá hơn.

TIN THƯ Avenues

Hãy Nhìn Tôi!

TÍN CHỈ 7

Cảm Thấy Khá Hơn

Trong tín chỉ này, chúng ta đang học về cơ thể, các giác quan và những cảm giác của chúng ta.

1. Nói về những gì gia đình của quý vị đã làm cho quý vị khi quý vị bị cảm lạnh.
2. Nói về lúc con của quý vị bị bịnh.
3. Hỏi con của quý vị điều gì làm cho em cảm thấy khá hơn.

TIN THƯ Avenues

Hãy Nhìn Tôi!

TÍN CHỈ 7

Cảm Thấy Khá Hơn

Trong tín chỉ này, chúng ta đang học về cơ thể, các giác quan và những cảm giác của chúng ta.

1. Nói về những gì gia đình của quý vị đã làm cho quý vị khi quý vị bị cảm lạnh.
2. Nói về lúc con của quý vị bị bịnh.
3. Hỏi con của quý vị điều gì làm cho em cảm thấy khá hơn.

Avenues 教育通讯

第七单元

看看我吧!

好点了

在这一单元里,我们将学习有关身体、感觉和情绪的知识。

1. 讲述当你感冒时家里人是如何照顾你的。
2. 谈谈你的孩子某次生病的经历。
3. 问问你的孩子在生病时是什么使他或她减轻了病情。

Avenues 뉴스레터

유닛 7

몸이 아양 해!

나 아파 엄마

이 유닛에서 우리는 몸과, 감각, 감정에 관하여 배웁니다.

1. 식구가 감기가 걸리면 어떻게 조치하는지 얘기하세요.
2. 자녀가 아팠을 때 얘기를 하세요.
3. 자녀가 아팠을 때 어떤 조치가 도움이 되었는가 물어 보세요.

© Hampton-Brown

144

Newsletter 7 in Korean

Avenues Tsab Xovxwm

Ntsia Kuv Saib!

TSHOOJNTAWV 7

Zoo Me Ntsi

Nyob rau tshoojntawv no, peb tab tom kawm txog peb lub cev, tej peb lub cev hnov thiab mloog tau thiab peb tej siab ntxws tias txawj xav li cas.

1. Tham txog tias koj tsevneeg ua li cas rau koj thaum koj tau khaubthua muaj mob.
2. Tham txog thaum koj tus menyuam muaj mob.
3. Nug nws saib dab tsi pab tau nws los sis ua rau nws zoo.

Bilten Avenues

Gade m Byen!

SETYÈM LESON

Nanfòm Anfòm

Nan leson sa a, nap etidye kèk bagay sou kò nou, sans nou ak sou santiman nou.

1. Pale sou kisa fanmi ou fè pou ou lè ou gen rim.
2. Rakonte sak te pase lè pitit ou te tonbe malad.
3. Mande pitit ou a kisa ki te fè li miyò.

Avenues Newsletter

Oink! Quack! Moo!

UNIT 8

Animal Sounds

In this unit, we are learning about farms and farm animals.

1. Name different farm animals in your home language.
2. Explore the sounds farm animals make in your home language, like meow, meow for cats.
3. Play a game matching animal names and sounds.

BOLETÍN Avenues

¡Qui-qui-ri-qui!

UNIDAD 8

Sonidos de los animales

En esta unidad, aprenderemos sobre las granjas y los animales de granja.

1. Piense en diferentes animales de granja.
2. Diga los diferentes sonidos que hacen los animales. Por ejemplo, el gato dice *miau*.
3. Túrnense para nombrar diferentes animales y sus sonidos.

TIN THƯ Avenues

Ụt Ịt! Quạc Quạc! Ồm Ồm!

TÍN CHỈ 8

Những Tiếng Kêu Của Loài Vật

Trong tín chỉ này, chúng ta đang học về nông trại và những súc vật ở nông trại.

1. Kêu tên những súc vật ở nông trại bằng tiếng mẹ đẻ của quý vị.
2. Nhái làm tiếng kêu của súc vật ở nông trại bằng tiếng mẹ đẻ của quý vị, giống như meow, meow chỉ cho con mèo.
3. Chơi trò chơi chọn tên của con vật trùng hợp với tiếng kêu của nó.

Avenues 教育通讯

哞哞！嘎嘎！咿咿！

第八单元

动物的语言

在这一单元里，我们将学习有关农村和农村的动物的知识。

1. 请用你的第一语言称呼农村的各种动物。
2. 请用你的第一语言探讨农村的各种动物发出的声音，比如猫的声音，喵，喵。
3. 玩一个给各种动物配音的游戏。

Avenues 뉴스레터

유닛 8

문화: 농장의 동물들!

동물의 소리

이 유닛에서 우리는 농장과 농장 동물들에 관하여 배웁니다.

1. 여러 농장 동물들의 이름을 한국어로 말하세요.
2. 한국어로 각 농장 동물들의 소리를 흉내 내 보세요. 예를 들어 고양이는 야~옹.
3. 동물 이름과 소리를 맞추는 게임을 하세요.

유닛 8

동물의 소리

이 유닛에서 우리는 농장과 농장 동물들에 관하여 배웁니다.

1. 여러 농장 동물들의 이름을 한국어로 말하세요.
2. 한국어로 각 농장 동물들의 소리를 흉내 내 보세요. 예를 들어 고양이는 야~옹.
3. 동물 이름과 소리를 맞추는 게임을 하세요.

Avenues Tsab Xovxwm

TSHOOJNTAWV 8 — Oink! Quack! Moo!

Suab Tsiaj

Nyob rau tshoojntawv no, peb tab tom kawm txog tsev teb thiab tej tsiaj tom teb.

1. Qhia cov npe tsiaj tom teb ua nej hom lus.
2. Siv nej cov lus ua cov suab tsiaj ntawd, pivxamli miv ua suab meow, meow.
3. Ua si ib yam game nrog tus menyuam uas siv lub suab kom phim nrog hom tsiaj.

BILTEN Avenues

"Oink! Quack! Moo!"

WITTYÈM LESON

Son Bèt Yo

Nan leson sa a, nap etidye tout kalite fèm ak bèt ki nan fèm sa yo.

1. Nan pwòp lang ou kijan yo rele bèt ki viv nan fèm yo?
2. Nan pwòp lang ou di ki son bèt ki viv nan fèm yo fè, tankou chat ki fè "myaw, myaw".
3. Jwe yon ti jwèt kote wap chache asosye chak bèt ak ki son li fè.

BILTEN Avenues

"Oink! Quack! Moo!"

WITTYÈM LESON

Son Bèt Yo

Nan leson sa a, nap etidye tout kalite fèm ak bèt ki nan fèm sa yo.

1. Nan pwòp lang ou kijan yo rele bèt ki viv nan fèm yo?
2. Nan pwòp lang ou di ki son bèt ki viv nan fèm yo fè, tankou chat ki fè "myaw, myaw".
3. Jwe yon ti jwèt kote wap chache asosye chak bèt ak ki son li fè.

BILTEN Avenues

"Oink! Quack! Moo!"

WITTYÈM LESON

Son Bèt Yo

Nan leson sa a, nap etidye tout kalite fèm ak bèt ki nan fèm sa yo.

1. Nan pwòp lang ou kijan yo rele bèt ki viv nan fèm yo?
2. Nan pwòp lang ou di ki son bèt ki viv nan fèm yo fè, tankou chat ki fè "myaw, myaw".
3. Jwe yon ti jwèt kote wap chache asosye chak bèt ak ki son li fè.

BILTEN Avenues

"Oink! Quack! Moo!"

WITTYÈM LESON

Son Bèt Yo

Nan leson sa a, nap etidye tout kalite fèm ak bèt ki nan fèm sa yo.

1. Nan pwòp lang ou kijan yo rele bèt ki viv nan fèm yo?
2. Nan pwòp lang ou di ki son bèt ki viv nan fèm yo fè, tankou chat ki fè "myaw, myaw".
3. Jwe yon ti jwèt kote wap chache asosye chak bèt ak ki son li fè.

Avenues NEWSLETTER

To Market

UNIT 9

Preparing Vegetables

In this unit, we are learning about plants and markets.

1. Talk about how your family prepares a favorite vegetable.
2. Have your child draw three pictures to show the process (for example, buy a cucumber, slice it, eat it).
3. Write the name of the vegetable in your home language.

Boletín Avenues

UNIDAD 9 — Al mercado

Verduras deliciosas

En esta unidad, aprenderemos sobre las plantas y los mercados.

1. ¿Cómo prepara su familia su verdura favorita?
2. Pídale a su hijo o hija que haga tres dibujos para demostrar el proceso (por ejemplo: comprar un pepino, rebanarlo, ponerle limón y sal).
3. Escriba el nombre de la verdura en español.

Tin Thư Avenues

Đến Chợ

Tín Chỉ 9

Làm Một Món Rau

Trong tín chỉ này, chúng ta đang học về rau cải và chợ.

1. Nói về cách gia đình của quý vị làm món rau ưa thích như thế nào.
2. Bảo con của quý vị vẽ một bức tranh cho thấy diễn trình chuẩn bị món ăn này (chẳng hạn như, mua một trái dưa leo, xắt ra và ăn).
3. Viết tên của loại rau đó bằng tiếng mẹ đẻ của quý vị..

Avenues 教育通讯

第九单元　　　　　　　　　　　　　　上街去

准备蔬菜

在这一单元里，我们将学习植物和蔬菜市场的知识。

1. 谈论你家是如何准备爱吃的蔬菜的。
2. 让你的孩子画三张图来显示这一准备过程（比如买一根黄瓜，把它切成片，吃掉它）。
3. 用你们的第一语言写出这一蔬菜的名字。

Avenues 뉴스레터

채소와 마켓

유닛 9

채소 음식 만들기

이 유닛에서 우리는 식물과 마켓에 관하여 배웁니다.

1. 집에서 어떻게 채소 음식을 만드는지 얘기 해 주세요.
2. 이 과정을 세 개 그림으로 나눠 그려달라고 하세요 (예를 들어, 마켓에서 오이를 사서, 자른 다음, 먹기까지).
3. 채소의 이름을 한국어로 쓰세요.

Avenues 뉴스레터

채소와 마켓

유닛 9

채소 음식 만들기

이 유닛에서 우리는 식물과 마켓에 관하여 배웁니다.

1. 집에서 어떻게 채소 음식을 만드는지 얘기 해 주세요.
2. 이 과정을 세 개 그림으로 나눠 그려달라고 하세요 (예를 들어, 마켓에서 오이를 사서, 자른 다음, 먹기까지).
3. 채소의 이름을 한국어로 쓰세요.

Avenues Tsab Xovxwm

TSHOOJNTAWV 9 — **Mus Tom Khw**

Ua Zaub

Nyob rau tshoojntawv no, peb tab tom kawm txog nroj-tsuag thiab khw.

1. Tham txog tias koj tsevneeg lawv ua lawv tais zaub qab qab li cas.
2. Hais kom koj tus menyuam kos peb daim duab qhia txog tias tais zaub no ua li cas rau li cas (pivxamli, mus yuav lub dib, ces muab lub dib hlais, ces muab lub dib noj).
3. Sau lub npe tais zaub ua nej hom lus.

BILTEN Avenues

Ann Al Nan Mache

NEVYÈM LESON

Nap Kwit Legim

Nan leson sa a, nap etidye kèk plant ak mache.

1. Pale kijan fanmi ou kwit yon legim nou renmen anpil, anpil.
2. Fè pitit ou desinen 3 imaj pou montre kouman sa fèt (pa egzanp, achte yon konkonb, tranche li, manje li).
3. Ekri non legim sa a nan pwòp lang ou.

BILTEN Avenues

Ann Al Nan Mache

NEVYÈM LESON

Nap Kwit Legim

Nan leson sa a, nap etidye kèk plant ak mache.

1. Pale kijan fanmi ou kwit yon legim nou renmen anpil, anpil.
2. Fè pitit ou desinen 3 imaj pou montre kouman sa fèt (pa egzanp, achte yon konkonb, tranche li, manje li).
3. Ekri non legim sa a nan pwòp lang ou.

BILTEN Avenues

Ann Al Nan Mache

NEVYÈM LESON

Nap Kwit Legim

Nan leson sa a, nap etidye kèk plant ak mache.

1. Pale kijan fanmi ou kwit yon legim nou renmen anpil, anpil.
2. Fè pitit ou desinen 3 imaj pou montre kouman sa fèt (pa egzanp, achte yon konkonb, tranche li, manje li).
3. Ekri non legim sa a nan pwòp lang ou.

BILTEN Avenues

Ann Al Nan Mache

NEVYÈM LESON

Nap Kwit Legim

Nan leson sa a, nap etidye kèk plant ak mache.

1. Pale kijan fanmi ou kwit yon legim nou renmen anpil, anpil.
2. Fè pitit ou desinen 3 imaj pou montre kouman sa fèt (pa egzanp, achte yon konkonb, tranche li, manje li).
3. Ekri non legim sa a nan pwòp lang ou.

Avenues Newsletter

Welcome Home

UNIT 10

Daily Routines

In this unit, we are learning about homes and daily routines.

1. Talk with your child about getting ready for school in the morning.
2. Help your child draw a picture of a morning routine, or of three objects used to get ready for school.
3. Remind your child to bring the picture to class.

© Hampton-Brown

Newsletter 10 in English

BOLETÍN Avenues

¡Bienvenido!

UNIDAD 10

Rutinas cotidianas

En esta unidad, aprenderemos sobre los hogares y las rutinas cotidianas.

1. ¿Cómo se prepara su hijo o hija por la mañana para irse a la escuela?
2. Ayude a su hijo a hacer un dibujo de cómo se prepara por la mañana. Como opción, puede dibujar tres objetos que usa para prepararse.
3. Recuérdele que debe traer el dibujo a la clase.

TIN THƯ Avenues

Mừng Trở Về Nhà

TÍN CHỈ 10

Công Việc Thường Làm Hằng Ngày

Trong tín chỉ này, chúng ta đang học về nhà ở và những công việc thường làm hằng ngày.

1. Nói với con của quý vị về việc chuẩn bị đi học vào buổi sáng.
2. Giúp con của quý vị vẽ một bức tranh về những việc thường làm vào buổi sáng, hay vẽ ba món đồ chuẩn bị để đi học.
3. Nhắc con của quý vị mang bức tranh này vào lớp học.

Avenues 教育通讯

欢迎回家

第十单元

日常活动

在这一单元里，我们将介绍家和日常活动的知识。

1. 和你的孩子谈谈每天早上上学前的准备工作。
2. 帮助你的孩子画一张早上活动的图画，或画出三样用于准备上学用的物品。
3. 提醒你的孩子上课时带上这张图画。

우리집

Avenues 뉴스레터

유닛 10

생활의 일과

이 유닛에서 우리는 가정과 일상생활에 관하여 배웁니다.

1. 아침에 학교가는 준비 과정을 자녀와 함께 얘기하세요.
2. 일과 중 하나나 학교길 준비하는데 사용하는 세 가지 물건들을 그림으로 그리게 도와주세요.
3. 그림을 들때소에 갖고 가라고 하십시오.

Avenues Tsab Xovxwm

Zoo Siab Txais Tos Los Tsev

TSHOOJNTAWV 10

Tej Haujlwm Niajhnub Ua

Nyob rau tshoojntawv no, peb tab tom kawm txog vaj tsev thiab tej haujlwm uas niajhnub ua.

1. Tham nrog koj tus menyuam txog tej haujlwm yuav tsum ua kom tiav ua ntej yuav mus kawmntawv.

2. Pab koj tus menyuam kos ib daim duab txog tej haujlwm nws yuav tsum niaj tag kis ua, los sis txog peb yam khoom uas yuav tsum tau siv ua ntej yuav mus kawmntawv.

3. Nco ntsoov hais kom koj tus menyuam nqa daim duab no tuaj tom nws chav tsev kawmntawv.

© Hampton-Brown

Newsletter 10 in Hmong

BILTEN Avenues

Byenveni Lakay

DIZYÈM LESON

Bagay Nou Fè Chak Jou

Nan leson sa a, nap aprann kèk bagay kay moun ak lavi tou le jou

1. Pale ak pitit ou a sou sa li fè pou li pare kò li pou li ale lekòl lematen.
2. Ede pitit ou desinen yon imaj ki montre kijan li pare kò li pou li ale lekòl lematen oubyen imaj 3 objè li konn sèvi lè li ap pare kò li pou li ale lekòl.
3. Fè pitit ou sonje pou li pote imaj la nan klas la.

BILTEN Avenues

Byenveni Lakay

DIZYÈM LESON

Bagay Nou Fè Chak Jou

Nan leson sa a, nap aprann kèk bagay kay moun ak lavi tou le jou

1. Pale ak pitit ou a sou sa li fè pou li pare kò li pou li ale lekòl lematen.
2. Ede pitit ou desinen yon imaj ki montre kijan li pare kò li pou li ale lekòl lematen oubyen imaj 3 objè li konn sèvi lè li ap pare kò li pou li ale lekòl.
3. Fè pitit ou sonje pou li pote imaj la nan klas la.

BILTEN Avenues

Byenveni Lakay

DIZYÈM LESON

Bagay Nou Fè Chak Jou

Nan leson sa a, nap aprann kèk bagay kay moun ak lavi tou le jou

1. Pale ak pitit ou a sou sa li fè pou li pare kò li pou li ale lekòl lematen.
2. Ede pitit ou desinen yon imaj ki montre kijan li pare kò li pou li ale lekòl lematen oubyen imaj 3 objè li konn sèvi lè li ap pare kò li pou li ale lekòl.
3. Fè pitit ou sonje pou li pote imaj la nan klas la.

BILTEN Avenues

Byenveni Lakay

DIZYÈM LESON

Bagay Nou Fè Chak Jou

Nan leson sa a, nap aprann kèk bagay kay moun ak lavi tou le jou

1. Pale ak pitit ou a sou sa li fè pou li pare kò li pou li ale lekòl lematen.
2. Ede pitit ou desinen yon imaj ki montre kijan li pare kò li pou li ale lekòl lematen oubyen imaj 3 objè li konn sèvi lè li ap pare kò li pou li ale lekòl.
3. Fè pitit ou sonje pou li pote imaj la nan klas la.